கிரேஸி கிரியேஷன்ஸின்

ரிடர்ன் ஆஃப் கிரேஸி தீவ்ஸ்

கிரேஸி
மோகன்

அறிவே விளக்கு
அல்லயன்ஸ்

அல்லயன்ஸ்

[125 - வது ஆண்டைக் கொண்டாடும் முதல் தமிழ்ப் புத்தக நிறுவனம்]

ரிடர்ன் ஆஃப் கிரேஸி தீவ்ஸ்

Return of Crazy Thieves

உரிமைப் பதிவு

முதற் பதிப்பு : 2025

அட்டை ஓவியம்: கேஷவ்

விலை : ரூ. 150/-

ISBN	:	978-93-6358-701-4
Total No. of Pages	:	104 Pages
Laser Typeset	:	Rani Graphics, Chennai - 04
Printing	:	Repro Books Ltd., India

THE ALLIANCE COMPANY

Publishers & Booksellers

Old No. 244, New No. 64, Ramakrishna Mutt Road, Mylapore, Chennai - 600 004.
Tel.: 044 - 2464 1314 | Mob.: 928 928 1314
www. alliancebook.com • email: books@alliancebook.com

சமர்ப்பணம்

திரு. கோபிநாத ராவ்

Crazy மோகனுக்கு நெருங்கிய நண்பர் என்ற காரணத்தினாலேயே எங்கள் குழுவில் 1979 ஆரம்பம் முதல்லேயே இருப்பவர். மிக முக்கியமான ஒரு குழு உறுப்பினர். பார்ப்பதற்கு சற்று குள்ளமாகவும், கொழுக்கு மொழுக்கு என்றும் இருப்பதனாலேயே, இவரைப் பார்த்த உடனேயே சிரிப்பலைகள் ஆரம்பித்துவிடும். இவர் பேச ஆரம்பித்து விட்டால் கேட்கவே வேண்டாம். பேரலைகள் தான். அவ்விதத்தில் இவர் கடவுளால் ஆசீர்வதிக்கப் பட்டவர்.

45 வருடங்களுக்கு மேலாக எங்கள் குழுவில் இருந்தவர் சமீபமாய்த்தான் காலத்தோடு கலந்தார். எங்கள் எல்லோராலும் 'குள்ள கோபி' என்று அன்போடு அழைக்கப்படும் இவர், மிகவும் இனிமையானவர்.

'Crazy' Thoughts

ஒரு கலைஞன் இல்லாதபோதும் பெருமை தொடரலாம். ஆனால் அப்பெருமை அக்கலைஞன் இருந்தபோது உருவாக்கியது.

அவர் இப்போது இல்லை என்பது என் மனதிற்குள் பதிவாகவில்லை. 'கிரேசிக்கு ஒரு போன் போடலாமே' என்று ஒரு வினாடி சிந்தனை தோன்றி மறைவதும் உண்டு.

என் மனதிலும், என் தொடர்பு எண் பட்டியலிலும் அழியாத, அழிக்க முடியாத சில பெயர்கள் இருக்கின்றன. K B சார், நாகேஷ் சார், அனந்து சார், சந்திரஹாசன்... இப்போ மோகன். இது நட்பையும் தாண்டியது. அவரை மோகனஹாசன் என்றே சொல்லலாம்.

Crazy மோகன் is a simple man. 'இது நான் சொன்னது, இது நான் எழுதினது, இது என்னோடது' என்று அவருக்கு எந்த எண்ணமும் கிடையாது. தான் சிந்தித்தவற்றை, பக்கத்தில்

இருப்பவர்களுக்குக் கொடுப்பதில் அவருக்கு ஒருபோதும் எந்தத் தயக்கமும் இருந்ததே இல்லை. பேனாவைத் திறந்தால் எழுத்து வரும்.

வரும் என்கிற நம்பிக்கை இருப்பவர்களுக்கு மட்டும்தான் அந்தத் துணிச்சல் வரும். அவரிடம் நகைச்சுவை மட்டும்தான் இருந்ததே தவிர, போட்டி, பொறாமை, வீண் வம்பு என்று எதையும் நான் பார்த்தது இல்லை.

அவருடைய craziness ஒரு ஒட்டுவாரொட்டி. எனக்கும் அந்த வியாதி உண்டு. அதை நான் சந்தோஷமாகப் பயன்படுத்திக்கொண்டு இருக்கிறேன்.

மோகன் மாதிரி tangential-ஆக humour யோசிக்கிற ஆள் ‘யாம் அறிந்த இந்தியாவிலே எங்கும் காணோம்.’ இதை பாரதி சொன்ன அதே திமிருடனேயே நானும் சொல்கிறேன்.

நாகேஷ், மௌலி, நான், மோகன் எல்லாம் ஒரு lineage. I definitely think a connecting wire runs between us. என் கதையில், அவர் கதை கொஞ்சம் கலக்காமல் இருக்காது. மோகன் கதையில் மௌலி சார் கதை கலக்காமல் இருக்காது.

இந்தியாவின் பெரிய காமெடி writer Mohan. ஆனால் உள்ளுக்குள் சீரியஸான ஆள். அவரது சீரியஸ் முகத்தை அவர் வெளியே கொண்டுவரவே இல்லை என்கிற என் வருத்தத்துக்கு பதில்தான் அவரோட ‘ரமணாயணம்’.

பொதுவாக சுடுகாடு என்பது முடிவைக் குறிக்கும். ஆனால் St. Mary's இடுகாட்டில் ஆரம்பித்த எங்கள் நட்பு, இன்றும் என்றும் Mohan அவர்களின் நகைச்சுவையைப் போல காலத்தால் அழியாதிருக்கும்.

கமல்ஹாசன்

22.08.2024

வாழ்த்துரை

திரு. கிரேஸி மோகன் அவர்களின் எழுத்தாற்றல் தனி பிரசித்தி உடையது. அவரை சுமார் 33 வருடத்திற்கு முன்பாக எனது நண்பர் திரு இராமநாதன் (பழம்பெரும் கர்நாடக சங்கீத வித்வான் திரு. ராம்நாத் அவர்களின் மகன்) அவர்களால் அறிமுகப்படுத்தப் பட்டேன். திரு. மோகன் அவர்களின் எழுத்தாற்றல், வசனம் என்றும் ஒரு unbelievable humour with profound message. மேலும் அவரது பாணியில் வம்புகளுக்குக் கண்டிப்பாக இடமில்லை. இது யார் மனதையும் புண்படுத்தாத humour. சிறிய குழந்தைகள் முதல் வயதானவர்கள் வரை ஈர்க்கும் இவரது பாணி. திரு. கிரேஸி மோகன் had a very great value system with which he lived, has made him a distinct human being.

Very happy to note that his able brother Mr. Madhu Balaji along with Crazy Creations team are carrying the legacy of Mr. Mohan with young fresh talents, thus keeping his humour and dialogues alive for next generation. This book containing Mohan's work is a great tribute for his contribution.

ரவி அப்பாசாமி

இந்த நாடகம்

1983ல் போட்ட நாடகம். 'மேரேஜ் மேட் இன் சலூன்' சினிமாவாக எடுக்கப்பட்டு விட்டதால், கொஞ்ச நாளைக்கு அந்த நாடகம் போடக் கூடாதுன்னு சினிமா தயாரிப்பாளர்கள் நிபந்தனை போட்டிருந்தார்கள். அதனால சீக்கிரமே நாங்கள் அடுத்த நாடகம் எடுத்தோம். அதுதான் இந்த நாடகம். 'கிரேஸி தீவ்ஸ் இன் பாலவாக்கம்' நாடகத்தோட தொடர்ச்சி இது.

மாது ஒரு கிறிஸ்தவ பெண்ணை காதலிப்பான். அவளை கல்யாணம் பண்ணிக்கணும்னு ரொம்ப ஆசைப்படுவான். ஆனா மாதுவோட அப்பா ரொம்ப 'ஸ்ட்ரிக்ட்'. அவர் இதுக்கெல்லாம் ஒத்துக்கவே மாட்டார். மாதுவோட தாத்தா ரொம்ப உதவி செய்வார். அதாவது 'ராஜபார்வை' படத்துல வர்ற தாத்தா மாதிரி, தன்னுடைய பேரனுக்காக என்ன வேணா பண்ணுவார். மாது வோட அம்மாவும், மாதுவுக்காக ரொம்ப உதவியா இருப்பாள். அவங்க இரண்டு பேரும், 'அப்பாவுக்குத் தெரியாம இந்த கல்யாணத்தை நடத்திடலாம். அப்புறம் அப்பாகிட்ட சொல்லி சமாளிச்சுக்கலாம்' என்பார்கள். கல்யாணத்தை எங்கே நடத்தலாம்னு

யோசிச்சு, 'பாலவாக்கத்துல பங்களா ஒண்ணு இருக்கு. அங்கே என் சிநேகிதனோட வீடு இருக்கு'ன்னு சீனு சொல்வான். 'அந்த வீட்டை அவர் காலி பண்ணிட்டு வெளியூர் போகப் போறார். அவர் வெளியூர் போறத்துக்கு ஒரு வாரம் ஆகும். அதுக்குள்ள கல்யாணத்தை அங்கே முடிச்சுடலாம். நீ 'ஹனிமூன்'னுக்கே போயிடலாம்.' இப்படியெல்லாம் பிளான் பண்ணி யாருக்கும் தெரியாம பாலவாக்கத்துக்குக் கிளம்பிப் போவாங்க.

அந்த பாலவாக்கத்துல ஏற்கனவே மூணு திருடர்கள் வந்திருப் பாங்க. எதுக்குன்னா, பக்கத்துல இருக்கற ஒரு பாங்குக்கு இங்கிருந்து ஒரு சுரங்கப் பாதை தோண்டி, கொள்ளையடிக்கறதுக்காகத்தான். அதுல ஒரு பெரிய முட்டாள் திருடன் மருதுன்னு பேரு. அது நகைச்சுவையில் மிகப் பிரமாதமா இருக்கும். மாதுவோட அப்பா ஒரு பாங்குல வேலை செய்வார். 'சேட் பாங்க் ஆஃ இந்தியா' அந்த பாங்குல அவரை பாலவாக்கம் பிராஞ்சுக்கு அவரை மாத்திடுவாங்க. அதுவும் கரெக்டா இந்த கல்யாணம் நடக்கிற அன்றைக்கு! அன்றைக்குதான் அந்த சுரங்கத்தையும் அவர்கள் தோண்ட ஆரம்பிக்கிறார்கள். இது எல்லாம் ஒரே நாள்ள வரும். கல்யாணம் நடக்கறபோது கரெக்டா அவர் வந்து அங்கு சேர்வார். அவருக்கு விஷயம் தெரிய வரும். தாட் பூட் ன்னு கத்துவார். திருடர்களோட உதவியோடு மாது கல்யாணத்தை முடிச்சுடுவான். அதுக்கு அப்புறம் திருடர்கள் பணத்தை கொள்ளை அடிக்கறதுக்காகப் போவாங்க. அந்தச் சமயத்துல வட இந்தியாவிலிருந்து மூன்று திருடர்கள் வருவார்கள். ஏற்கனவே இருந்த மூன்று திருடர்களை துப்பாக்கியைக் காட்டி 'ஹாண்ட்ஸ் அப்' என்று சொல்லி, இவர்கள் திருடுவதற்காக உள்ளே போவார்கள். இத்துடன் நாடகம் 'மீண்டும் கிரேஸி தீவ்ஸ்' என்று முடியும். இதுதான் கதை. எங்களது நாடக வரலாற்றில் மிகவும் வேகமாக 200 காட்சிகளை போட்டது இந்த நாடகம்தான். ஒரு மாசத்துல 30 நாளுல 36 காட்சிகள் எல்லாம் போட்டிருக்கோம். இது ஒரு 'ரெகார்டு'னு கூட சொல்லலாம். காரணம் என்னன்னா மேரேஜ் மேட் இன் சலூன் நாடகம் மிகப்பெரிய ஹிட். அதைத் தொடர்ந்து இந்த நாடகம் வந்ததுனால, மிகப் பெரிய பாபுலாரிட்டியை கொடுத்த நாடகம் இது.

இந்த நாடகத்தோட 200வது காட்சியை மிகவும் விமரிசையாகக் கலைவாணர் அரங்கில் கொண்டாடினோம். அன்றைக்கு மிகவும் பெயர் பெற்ற நாடக ஆசிரியர்கள் மௌலி, விசு, ஒய்.ஜி. மகேந்திரா, வெங்கட், ஒய்.ஜி. பார்த்தசாரதி எல்லோரும் வந்தாங்க. டைரக்டர் பாலசந்தர் சாரும் வந்தார். மிகப்பெரிய விழாவாக அமைந்தது. இது மறக்கமுடியாத நாடகம். இந்தியா முழுவதும், வெளி நாடுகளிலும்

போட்டிருக்கிறோம். இன்றைக்கும் நாங்கள் இந்த நாடகத்தைத் தொடர்ந்து நடத்திண்டிருக்கோம். அதுதான் கிரேஸி மோகனோட ப்ளஸ் பாயிண்ட்.

மாது பாலாஜி

Thank You...

I thank our sponsors - **Appaswamy Real Estates, iSolve, The India Cements Limited, Leap Sports and Chennai Super Kings** - for having sponsored our stage plays for the past 35 years.

- Maadhu Balaji

I also appreciate the help of Shri. S. L. Nanu, Smt. Uthra Srinivasan and Smt. Shiela Srinivasan in bringing out this book.

அல்லயன்ஸ்ஸுடன் அல்லயன்ஸ்...

125 வருஷங்களாக இருக்கும் அல்லயன்ஸ் கம்பெனியுடன் எங்களுக்கு ரொம்ப வருஷங்களாகத் தொடர்பு உண்டு. எங்க அப்பா மைலாப்பூர் பிராஞ்ச் இந்தியன் பாங்க்ல அக்கௌண்ட்டண்ட்டா இருந்த காலத்துலேந்தே தொடர்பு உண்டு. அங்கிருந்து நிறைய புஸ்தகங்களை வாங்கி படிச்சிருக்கார்... விரும்பி கேட்டு வாங்கிப் படிப்பார். ஸ்ரீநிவாஸனுடைய அப்பாகிட்டயும், ஸ்ரீநிவாஸன்கிட்டயும் கேட்டு வாங்கிப்பார். ஏன்னா, எங்க அப்பாவுக்கு படிக்கற ஆர்வம் ரொம்ப உண்டு. எங்க அப்பா மாதிரியே மோகனுக்கும் படிக்கற ஆர்வம் இருந்து, அவனும் அல்லயன்ஸ் கம்பெனிலேந்து நிறைய வாங்கி படிப்பான்.

மோகன் எழுத ஆரம்பித்து, ஒரு கட்டத்துல, மைலாப்பூர்ல ஸ்ரீநிவாஸனை சந்திக்கறச்சே எல்லாம், 'சீனு...! நான் உங்க ஆபீஸுக்கு வரேன்... வரேன்...! எங்க டிராமாவ எல்லாம் புஸ்தகமாப் போடணும்' என்று சொல்லிக் கொண்டே இருப்பான். ஸ்ரீநிவாஸன் சாரும் 'வாங்க சார்... வாங்க சார்...'ன்னு சொல்லிக் கொண்டே இருப்பார். சோ சாரும் மோகன் கிட்ட, 'உன் புஸ்தகங்களை யெல்லாம் அல்லயன்ஸ் மூலமா கொண்டு வா. பாதுகாப்பா இருக்கும். நாளைக்கு வருங்கால சந்ததியினருக்கு மிகவும் usefulஆ இருக்கும்' என்று ஒரு தடவை சொன்னார்.

இந்த முயற்சி ரொம்ப நாளா நடந்துண்டே இருந்தது. எல்லாத்துக்கும் மேல மோகன் தன்னுடைய 'டைரி'யில எழுதி வெச்சிருந்தான். அதை நான் மோகன் இறந்து போனதுக்கப்புறம்தான் பார்த்தேன். 'என்னுடைய எழுத்துக்கள் அனைத்தும், நாடகங்கள் மட்டுமல்ல, அனைத்து எழுத்துக்களும் அல்லயன்ஸ் கம்பெனி மூலம்தான் வெளிவரவேண்டும்' என்று எழுதியிருந்தான். ஆனால், முன்னாடி நாங்கள் ஓரிரு புத்தகங்களை வேறு சில பதிப்பகங்களுக்குக் கொடுத்திருந்தோம். அதையெல்லாம் கூட, அவர்களிடம் அனுமதி பெற்று, அல்லயன்ஸ் கிட்ட கொடுத்திருக்கேன். என்ன காரணம்னா, என்னுடைய future generation பேரன்... கொள்ளு பேரன்.... இவங்களெல்லாம் மைலாப்பூர்லதான் naturalஆ வாழப் போறாங்க. இல்லை... வேற எங்கயாவது இருந்தாக்கூட, இந்தப் பக்கம் வந்தால், அவங்களுக்கு தாத்தாவோட contributions வேணும்னா அவர்கள்

அல்லயன்ஸுக்குப் போய் வாங்கிக் கொள்ளலாம். ஒரே இடத்துல எல்லாம் இருந்துதுன்னா சௌகரியமா இருக்கும். அதனாலதான் நான் உடனடியாக ஸ்ரீநிவாஸனிடம் தொடர்பு கொண்டு, வேலையைத் துவக்கினோம்.

ஸ்ரீநிவாஸனுடைய மகன் பிரஷாந்த்தான் என்னுடன் co-ordinate பண்ணினார். Excellent person. அதாவது கண்டிப்பா அல்லயன்ஸ் ஒரு 70...80... வருஷங்களுக்கு Solidஆ இருக்கப் போறதுங்கறதுக்கு உதாரணம் பிரஷாந்த். ஒவ்வொரு விஷயத்தையும் கேட்டுக் கேட்டு, அவ்வளவு நன்றாக வேலை செய்கிறான். இது எனக்கு மிகவும் சந்தோஷம். ஏன்னா.. வேலை ரொம்ப speedஆக நடக்கிறது. மோகனுடைய எழுத்துக்கள் அனைத்தும் புஸ்தக வடிவில், அல்லயன்ஸ் மூலம் வெளிவரும்.

சோ அவர்கள் சொன்ன 'ஜோக்' ஒண்ணுதான் ஞாபகத்துக்கு வருது. 'ஜெனரல்லா அல்லயன்ஸ்னாக்கா ஒரு எலக்ஷன் வரைக்கும் கூட தாங்காது. நூறு ஆண்டுகள் தாங்கின அல்லயன்ஸ் இந்தியாவிலேயே இது ஒண்ணுதான் இருக்கும்.' சோ சொன்னதையேதான் நானும் சொல்றேன். எங்கள் கிரேஸி மோகன், கிரேஸி கிரியேஷன்ஸ் கூட வந்த அல்லயன்ஸ் காலம் முழுவதும் நீடிக்கும் என்று உறுதியாக சொல்கிறேன்.

மாது பாலாஜி

இயக்குனரின் பார்வை

கிரேஸி மோகன் முதல் முதல் எழுதிய முழு நீள நாடகமான கிரேஸி தீவ்ஸ் இன் பாலவாக்கத்தின் SEQUEL இந்த நாடகம்.

தான் யோசிக்கும் எல்லா கதைகளையும், எழுதத் துவங்குவதற்கு முன், திரு மௌலி அவர்களிடம் சொல்லிவிடுவது, மோகனின் Sentiment. அப்படி இந்த டைட்டிலை சொல்லி கதை சொல்ல ஆரம்பிக்கும் முன், 'முதல் நாடகத்தில் திருடர்கள் வீட்டிற்குள் வந்துவிடுவது போல் எழுதினாய். ஆனால் இந்த நாடகத்தில் ஒரு குடும்பத்தார் திருடர்கள் இருக்கும் வீட்டில் மாட்டிக் கொள்கிறார்கள் என்று மாற்று' என்று மௌலி கூற, அதற்கு மோகன் 'என்ன ஆச் சர்யம். நானும் அப்படித்தான் யோசித்தேன்' என்று மகிழ்ச்சியுடன் பதிலளித்தார். GREAT PEOPLE THINK ALIKE.

ஒவ்வொரு நொடியும் சிரிப்பு. நாடகம் நடைபெறும் அரங்கில் எப்போது கதவைத் திறந்தாலும் சிரிப்பு அலை வீசும் என்ற கிரேஸி மோகன் குறி இந்த நாடகத்திலும் தப்பாமல் அபரிமிதமானது.

குறிப்பாக, ஒரு மங்களகரமான நிச்சயதார்த்த நிகழ்ச்சியில் சடங்குகளைச் செய்ய வந்த சாஸ்திரிகள் வாய்க்கு வாய் அப

சகுனமாகப் பேசும் காட்சியில் சிரிப்புச் சத்தம் விண்ணைத் தொட்டது. சாஸ்திரிகள் வேடத்தில் நடித்த 'பாட்டி' சுந்தரராஜனின் நடிப்பும் காட்சிக்கு மெருகேற்றியது.

நடிப்பில் எப்போதும் பரிமளிக்கும் 'மாது' பாலாஜி, தாத்தாவாகக் கூத்தடித்த 'சலூன் முத்து' சுப்பு, கண்டிப்பான அப்பாவாக வாய்க்கு வாய் ''பெல்ட் பிஞ்சிடும்'' என்று கூறும் 'அப்பா' ரமேஷ், சிரிப்பு திருடனாகக் கிருஷ்ணன்.... திருடர்களுக்கு Big பாஸாக வந்த 'குள்ள''கோபி - அனைவரும் அற்புதம்.

அரங்கேற்றமாகித் திரும்பிப் பார்ப்பதற்குள், 100வது நாடகம்... விழா கொண்டாடுவதற்குள் 150வது காட்சி... அபாரம்... அபாரம்....

S.B. காந்தன்

மோகனுடன் நான்...

மோகன் எனும் பேர் சொல்லும்போதினிலே ஒரு சிரிப்பு மலருது முகத்தினிலே...

பள்ளிக்கூட நாட்களில் இருந்து மோகன் பழக்கம்... அவன் நண்பர்கள் எனக்கும் நெருங்கிய நண்பர்கள்... வாடா போடா பழக்கம்... கல்லூரி நாட்களில் நான் எங்கள் கல்லூரி தரப்பில் inter collegiate போட்டிகளில் பங்கு கொள்ளும்போது மோகன் குழுவிற்கு முதல் பரிசு நிச்சயம்... நல்ல வேளை என்னுடைய போட்டி mimicry செய்வதில்...

மோகனிடம் நான் கண்ட ஒரு விசேஷ குணம்... அவன் அபார ஞாபக சக்தி... பல வருடங்களுக்கு முன்னால் நடந்த நினைவுகளை டக்கென்று கூறுவான்... பழைய நண்பர்கள் பெயர் மறக்க மாட்டான்... இன்னொன்று அவனுக்கு கொஞ்சம் கூட அகம்பாவம் கிடையாது... ஒரு முறை ஒரு கல்யாணத்தில் பல பிரபலங்களுடன் பேசி கொண்டிருந்தான்... நான் தற்செயலாக அந்த பக்கம் சென்றேன்... மோகன் டக்கென்று திரும்பி ‘திவாகர்... எப்படி இருக்கே’ன்னு சொல்லிண்டே எங்கிட்டே வந்துட்டான்... அதுதான் மோகன்...! அந்த கும்பலோடு கிரிக்கெட் மேட்ச் போவேன்... தீபாவளிக்கு பட்டாசு வெடிப்போம்... அந்த ஏரியாவே அல்லோல கல்லோலப் படும்... மோகன் ஒரு ஸ்கூட்டர் வெச்சுண்டு இருந்தான்... அதை வெத்தலை பாக்கு கடை முன்னாடி ஸ்டாண்ட் போட்டு அது மேல உக்காந்து பன்னீர் புகையிலே வெத்தலை போட்டுண்டு சரமாரியா

ஜோக் அடிப்பான்... அது மோகனுக்கு கை வந்த கலை... அவனுக்கு நாயைக் கண்டா ஒரு பயம்.

மோகன் வீட்டுக்குப் போகும்போது சில சமயம் அவன் வீட்லே இருக்க மாட்டான்... ஆனால் அவன் தாத்தா கண்டிப்பா இருப்பார்... அவ்வளவு ஸ்வாரஸ்யமா பேசுவார்...

மணிக்கணக்கா நின்று கொண்டே பேசுவார்... எந்த டாபிக் வேணுமானாலும் பேசுவார்... மோகனும் தாத்தாவும் செம்ம காம்பினேஷன்...

மோகனுடன் நான்...

ரிடர்ன் ஆப் கிரேசி தீவ்ஸ்... கிரேசி கிரியேஷன்சின் சூப்பர் நாடகம்... நான் பேங்க் ஆப் இந்தியாவில் பணி புரியும்போது மந்தைவெளியில் மோகன் வீட்டுக்கு பக்கத்தில் ஒரு அபார்ட்மெண்ட் வாங்கி குடி புகுந்தேன்... அடிக்கடி மோகன், பாலாஜி, வாசு இவர்களை சந்திப்பேன்...

ஒரு வெள்ளிக்கிழமை சாயங்காலம் மோகன், பாலாஜி, வாசு மூவரும் என் அபார்ட்மெண்ட்க்கு வந்தார்கள்... கையில் ஒரு பை... ரொம்ப நேரம் பேசி விட்டு... காபி குடித்து விட்டு கிளம்பும் முன் ‘‘திவாகர்... ஞாயித்துக் கிழமை சாயங்காலம் மியூசிக் அகாடமி வந்துடு... அன்னிக்கு ரிடர்ன் ஆப் கிரேஸி தீவ்ஸ்லே ஒரு ரோல் பண்ணணும்... பையில் ஸ்கிரிப்ட் இருக்கு... பாத்துக்கோ... சின்ன ரோல்தான்... மோகன் பண்ற ரோல்... மிலிட்டரி மாதவன்... ரிஹர்சல் ஒண்ணும் வேண்டாம்... நீதான் ட்ராமா பாத்துருக்கயே...’’ என்னை பேசவே விடலை...

அன்னிக்கு மோகன் ஏதோ முக்கிய டிஸ்கஷனுக்கு போறான்னு சொல்லிட்டு மூணு பேரும் எஸ்கேப்... சரி அவங்க போனப்புறம் ஸ்கிரிப்ட் எடுத்துப் பாத்தா... அனுமார் வால் மாதிரி ஏகப்பட்ட சீன்... சரி செம்ம சொதப்பல் பண்ணப் போறேன்னு தீர்மானம் பண்ணிட்டு மனப்பாடம் பண்ண ஆரம்பிச்சேன்... காஸ்டியூம் வேற ஏகப்பட்டது... சனிக்கிழமை போய் வாங்கியாச்சு... ஒத்திகை இல்லாம மேக்கப் ரூமுக்குப் போயாச்சு... பூஜை போட்டாச்சு... பர்ஸ்ட் பெல் ஓவர்... பின்னாடிலேந்து ஒரு குரல்... ‘‘ஆல் தி பெஸ்ட் திவாகர்... நல்லா பண்ணு... கே.பாலசந்தர் வந்திருக்கார்... நான் கீழ போறேன்...’’ யாரது ? மோகன்... ‘‘என்னடா விளையாடறயா... ஏதோ டிஸ்கஷன் அப்படி இப்படின்னு சொன்னே... வா வா... நீயே பண்ணு... ஆளை விடு’’ அப்படின்னு சொன்னேன்... அவன் நின்னா தானே... அம்போன்னு விட்டுட்டு போய்ட்டான்... ஆனா சும்மா சொல்லக்கூடாது... டிராமா பிச்சிண்டு போச்சு... அதுக்கப்புறம்

மூணு நாலு வாட்டி இதே மாதிரி... மூணு பேரும் பையோட... ஸ்கிரிப்ட்... காபி... வந்துடு... சின்ன ரோல்... ரிகர்சல் வேணாம்... நீ ஜமாய்ச்சுடுவே...

நான் விரும்பி நடிச்ச நாடகங்கள் மோகன் நாடகங்கள்... அலாவுதீன்... மாது பிளஸ் 2... இரண்டிலும் சப்ஸ்டிடியூட் பண்ணி இருக்கேன்...

மோகன் ட்ரூப் பெங்களூருக்கு பல முறை வந்துருக்காங்க... நானே இரண்டு முறை அவர்கள் நாடகத்தை பெங்களூரில் ஏற்பாடு செய்திருக்கேன்... நாடகம் முடிந்து திரும்பும்போது மோகன் ஹோட்டல் சாப்பாடு சாப்பிடமாட்டான்... ரசம் சாதம், உருளைக் கிழங்கு வதக்கல் கறி, தயிர் சாதம்... இவ்வளவுதான்... நான் பல முறை அவனுக்கு இதை கொடுத்து இருக்கிறேன்...பாலாஜி உரிமையோடு என்னிடம் கேட்பது எனக்கு ஒரு பெருமை...

Diwakar

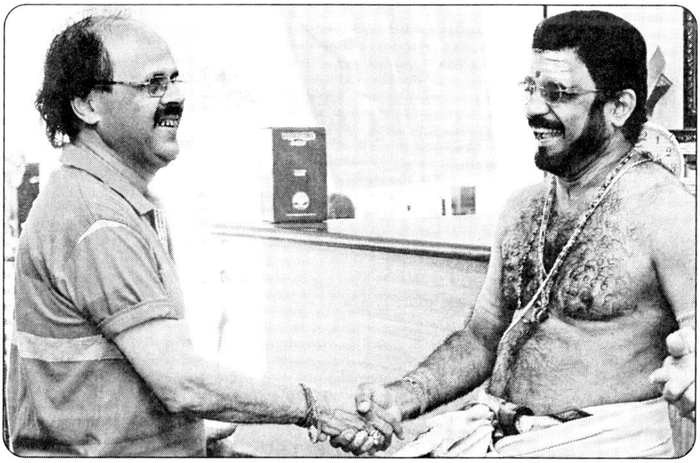

பாலாஜி கிட்ட பேசிட்டேன்

'சீனு! நான் கமலோட டிஸ்கஷன் டிஸ்கஷன்னு ரொம்ப பிஸியா இருக்கேன். ஆனால் பாலாஜி கிட்ட பேசிட்டேன். அவனை 'ஸ்க்ரிப்ட்' எல்லாம் எடுத்துண்டு வந்து உன்கிட்ட கொடுத்திட சொல்லியிருக்கேன்.' நான் எப்போதெல்லாம் மோகனைப் பார்க்கி றேனோ, அப்போதெல்லாம் அவரிடமிருந்து வரக் கூடிய பதில். மயிலாப்பூர் மாட வீதியில் உள்ள வெற்றிலை கடையாகட்டும், விழாவாகட்டும், நாங்கள் இருவரும் இருந்த விழா மேடையாகட்டும், திருமண நிகழ்ச்சியாகட்டும் எங்கு பார்த்தாலும் இதே பதில்தான்.

எனக்கும் மோகனுக்கும் 1992 முதலிலேயே தொடர்பு ஏற்பட்டது. அப்போது நாங்கள் 'சோ' அவர்களின் நாடகங்கள், கதைகள் எல்லாவற்றையும் புத்தகங்களாக வெளியிட ஆரம்பித் தோம். தமிழ் நாடக உலகில் பிரபலமாக இருந்த ஒய்.ஜி. மகேந் திரன், மௌலி, விசு, மெரீனா, எஸ்.வி.சேகர், கிரேஸி மோகன் போன்றவர்களின் நாடகங்களை எல்லாம் புத்தக வடிவில் கொண்டு வர எண்ணி, ஒவ்வொருவராக அவர்களது வீட்டிலேயே சென்று சந்தித்தேன். இவர்களில் சோ, மெரீனா ஆகியோரது நாடகங்களை வெளியிட்டோம். ஆனால், மற்றவர்கள் எல்லாம் அப்போதுதான் நாடகத்தில் வெற்றி பெற்று சினிமாவில் காலடி வைத்து மிகவும் பிஸியாக இருந்தார்கள். அந்த நேரத்தில்தான் எஸ்.வி. சேகரின் நாடகங்கள் எல்லாவற்றையும் ஒரே சமயத்தில், அன்றைய முதல்வர் ஜெயலலிதா வெளியிட்டார்.

சினிமாவில் நுழைந்த நாடக வெற்றியாளர்கள், அப்போது சென்னை தொலைக்காட்சியிலும் மிகவும் பிஸியாக இருந்தார்கள். இந்தச் சமயங்களிலும் மோகனை சந்திக்கும் போதெல்லாம், 'சீனு! பாலாஜி கிட்ட சொல்லிட்டேன்' என்ற பதில்தான். எவ்வளவு பிஸியாக இருந்தாலும் மோகன் நின்று பேசி விட்டுப் போவதோடு, எங்கள் வீட்டு மங்கல நிகழ்ச்சி, எங்கள் நிறுவன புதிய கட்டிட திறப்பு விழா, எங்கள் அலுவலகத்திற்கு ஸ்ரீ காஞ்சி பெரியவர் விஜயம் போன்ற நிகழ்ச்சிகளுக்குத் தவறாமல் வந்து விடுவார்.

ஒரு சமயம் சென்னை புத்தகக் காட்சியில் நான் செயலாளராக இருந்த போது, மோகனை சிறப்புப் பேச்சாளராக அழைத்திருந் தேன். அன்று நல்ல மழை. எல்லோரும் இந்த நிகழ்ச்சி ரத்து ஆகி விடும் என்று எண்ணினர். ஆனால், மோகனுடைய பேச்சைக் கேட்க வந்திருந்த கூட்டத்தைப் பார்த்ததும், குடையை பிடித்துக் கொண்டு, மோகன் மேடையேறி, 'மழை பெரியதாக இருக்கிறது. மழையை விட நீங்கள் அதிகமாக இருக்கிறீர்கள். நீங்கள் பேசச் சொன்னால் நான் பேசுகிறேன்' என்று 'மைக்'ல் பேசியவுடன், கூட்டத்தினரும் குடையுடன் பேச்சை ஆர்வமுடன் கேட்கத் தொடங்கினர். இயற்கை மழையுடன், நகைச்சுவை மழையையும் சேர்த்து அறுசுவை அவியல் போல் மக்கள் ரசித்தனர். மறக்க முடியாத நிகழ்ச்சி இது. மோகனுக்கும் மிகவும் மகிழ்ச்சி.

அங்கேயும் புறப்படும் போது, 'சீனு! பாலாஜிகிட்ட சொல்லிட் டேன்' என்ற பதில்தான். நாட்கள், மாதங்கள், வருடங்கள் ஓடின. மோகனும் சிரித்து, சிரிக்க வைத்து இயற்கை எய்தி விட்டார். பிறகு பாலாஜியை, கபாலி கோயிலில் சந்திப்பேன். நீண்ட நேரம் பேசுவோம், பேசுவோம், பேசிக் கொண்டேயிருப்போம். இப்படியே ஒரு சில வருடங்கள் ஓடின. எல்லாவற்றிற்கும் நேரம் வர வேண்டுமே! இப்போதுதான் வந்தது. அதுவும் சாதாரணமாக இல்லை. பாலாஜி தங்களது நாடக ஸ்க்ரிப்டையெல்லாம் தேடும் போது, மோகன் எழுதிய டைரியை படித்து, உடனே எனக்கு போன் செய்து, 'சீனு! மோகன் தன் டைரியிலேயே, 'என்னுடைய புத்தகங்கள் எல்லாம் அல்லயன்ஸ் கம்பெனியில் தான் வர வேண்டும்' என்று எழுதியிருக்கான் என்று தழுதழுத்துக் கூறினார். டைரி மூலமாக தனது நிலையை தெரிவித்த மோகனுக்கும், அதை என்னிடம் அன்புடன் தெரிவித்த பாலாஜிக்கும் எனது மனமார்ந்த நன்றி. கிரேஸி மோகன் பாலாஜியிடம் பேசி விட்டார்; பாலாஜியும் ஸ்க்ரிப்டையெல்லாம் தந்து விட்டார்; புத்தகங்களும் வந்து விட்டன. வாசகர்கள் எல்லாவற்றையும் வாங்கி ஆதரவு தெரிவிப்பார்கள் என நிச்சயம் நம்புகிறேன்.

அல்லயன்ஸ் ஸ்ரீநிவாஸன்

125வது ஆண்டில்...

தமிழில் நல்ல நூல்களை வெளியிட்டு வரும் அல்லயன்ஸ் ஸ்தாபகர் ஸ்ரீ வி. குப்புஸ்வாமி ஐயரை நான் பாராட்டுகின்றேன்.

- மகாத்மா காந்தி

நீதிகளைக் கற்பிக்கும் சிறுகதைகளையும், புதிய நாடகங்களையும், பல மொழிபெயர்ப்புக்களையும், இன்னும் பல விஷயங்களையும் எளிய அழகிய நடையில் வெளியிட்டுவரும் அல்லயன்ஸாரை நான் பாராட்டுகின்றேன்.

- மகாமகோபாத்தியாய டாக்டர் உ. வே. சுவாமிநாத ஐயர்

தமிழில் பல அழகிய புத்தகங்களை வெளியிட்டுவரும் அல்லயன்ஸாருக்கு நன்றி செலுத்தி அவர்களைத் தமிழ் மக்கள் ஆதரிக்க வேண்டுகின்றேன்.

- சி. ராஜகோபாலாச்சாரி

உலக சிரேஷ்டர்களின் சரிதையை எழுதுவதும் படிப்பதும் நமக்கு நல்லதையே செய்யும். அறிவை ஊட்டுவதற்கு இதுபோன்ற நூல்கள் பேருதவியாக இருக்கும். அல்லயன்ஸ் கம்பெனியாரோ பல பெரியோர்களின் சரித்திரத்தை வெளியிட்டவர்கள். மக்கள் நன்மையைக் கருதி உயர்ந்த நூல்களை வெளியிடும் அல்லயன்ஸ் கம்பெனியாருக்கு தக்க ஆதரவு கிடைக்குமென நம்புகிறேன். வந்தே மாதரம்.

- எஸ். சத்தியமூர்த்தி

இம்மாதிரியான புத்தகங்களை நமது பள்ளிகளில் இருக்கும் மாணவர்களுக்குக் கொடுப்பது அவசியம். இவைகளின் வழியாக நமது இளைஞர்கள் தேச சேவையைச் செவ்வையாகக் கற்றுக் கொள்ளலாம். இதுபோன்ற நூல்களை வெளியிடும் அல்லயன்ஸ் கம்பெனியாருக்கு தமிழ்நாடு என்றும் கடமைப்பட்டுள்ளது.

- முன்னாள் மத்திய மந்திரி டாக்டர் ப. சுப்பராயன்

நம் நாட்டுக்கு ஏற்பட்ட தனிப்பெருஞ் செல்வம் அதற்குக் கிடைத்த தலைவர்கள் என்று சொல்லலாம். வேறு எந்த நாட்டிற்கும் கிடைக்காத தலைமை நமக்கு உண்டு. தக்க சமயம் பார்த்து அல்லயன்ஸ் கம்பெனியார் இதுபோன்ற தேசபக்தர் நூல்களை வெளியிடுவதை நான் பாராட்டுகின்றேன்.

- முன்னாள் முதலமைச்சர் எம். பக்தவத்சலம்

தற்போது அல்லயன்ஸ் கம்பெனியார் தமிழ் உலகத்திற்குத் தந்துள்ள இதுபோன்ற அரிய ஜீவிய சரித்திரம் உண்மையில் நமது நாட்டிற்கு படிப்பினையை பூர்வாங்கமேனும் அடைவதற்குப் பெரிதும் உபயோகமாக இருக்குமென்று நான் நிச்சயமாக நம்புகிறேன்.

- 'ஹிந்து' முன்னாள் ஆசிரியர் ஏ. அரங்கசாமி ஐயங்கார்

தலைவர்களின் வாழ்க்கைச் சரித்திரப் புத்தகங்கள் எந்த இலக்கியத்திலும் ஒரு முக்கிய அம்சமாகும். அல்லயன்ஸ் கம்பெனியார் மற்ற பிரசுரகர்த்தர்களைவிட அதிகமான வாழ்க்கைச் சரித்திரப் புத்தகங்களை வெளியிட்டு, இந்திய சுதந்திரப் போராட்டத்தை இதன் மூலம் ஊக்குவித்தனர்.

- 'தினமணி' முன்னாள் ஆசிரியர் ஏ.என். சிவராமன்

நமது பிற்கால சந்ததிகள் தெரிந்து கொள்ளுவதற்காகத் திறம்பட நமது பெரியோர்களின் சரிதைகளை சரியாக எழுதி வைக்கும் வழக்கம் நமது தேசத்தில் இல்லாமலிருந்து வருவது வருந்தத்தக்கதாகும். இந்தக் குறையைத் திறம்பட போக்கி வரும் அல்லயன்ஸ் கம்பெனியார் நமது பாராட்டுதலுக்கும் நன்றிக்கும் உரியவர்களாகிறார்கள்.

- ஆர்.கே. ஷண்முகம் செட்டியார்

தேச பக்தர்களின் நூல்களை மிகவும் உயர்ந்த முறையில் பிரசுரித்திருக் கிறார்கள்.

- ஆனந்த விகடன்

நல்ல புத்தகங்களை, தகுந்த ஆசிரியர்களைக் கொண்டு எழுதி வெளியிடும் தன்மையில் அல்லயன்ஸ் கம்பெனியார் சிறந்தவர்கள். இத்தகைய பொறுப்பும் பிரயோஜனமுமான வேலையை அல்லயன்ஸ் கம்பெனியார் மேலும் மேற்கொள்வார்களாக.

- குமரன் (பத்திரிகை)

அல்லயன்ஸ் கம்பெனியாரது ஊக்கம் மேன்மேலும் அதிகரிக்கும் வண்ணம் தமிழ் மக்கள் இதுபோன்ற தேசபக்தர்களின் புத்தகங்களுக்கு ஆதரவு அளிப்பார்கள் என நம்புகிறோம்.

- சுதேசமித்திரன்

மிகவும் சொற்ப விலையில் இப்புத்தகத்தை பிரசுரிக்க அல்லயன்ஸ் கம்பெனியார் முன்வந்திருக்கிறபடியால், அவர்களுடைய எதிர்கால தேசிய சேவைக்கு ஊக்கங் கொடுக்கும் விதத்தில், இப்புத்தகத்தைத் தமிழர்கள் ஏராளமாய் வாங்கி ஆதரிப்பார்களென்று நம்புகிறேன்.

- 'தினமணி' முன்னாள் ஆசிரியர் டி.எஸ். சொக்கலிங்கம்

The publishers have done a service to Tamil Nadu by publishing in Tamil the biography of one who was the foremost leader of Indian opinion in modern times - Mahatmaji - whose sacrifices and services in the cause of the country were unprecedented.

- The Hindu

We trust that the students and youth will make the best use of the Publication.

- The Indian Express

No library of modern literature will be complete, it can be safely affirmed, without the excellent books of The Alliance Company.

- The Free Press

The Alliance Co., that enterprising publishers of Madras deserves the thanks of all lovers of Tamil for the service to the language.

- Sunday Times

மயிலை அல்லயன்ஸ் கம்பெனியாரின் வெளியீட்டுத் திறத்தை ஈண்டு விரித்துக் கூறவேண்டியதில்லை. அதை நாடறியும். அவர்களால் வெளியிடப்பெற்ற நூல்கள் தமிழ் நாட்டுக்குப் பலவகைகளிலும் பயன் விளைத்து வருவது கண்கூடு. நாட்டு நலங்கருதி ஒழுங்கு முறையில் உழைக்கும் அவர்களுக்கு நாடு கடமைப்படுவதாக.

- திரு. வி. க.

அல்லயன்ஸார் யாதொரு இடையூற்றையும் பொருட்படுத்தாது சிறிதும் ஊக்கம் குன்றாது நடத்திவரும் இந்த நிறுவனத்தின் மூலம் ஈடு செய்ய முடியாத அளவிற்குத் தமிழிற்குச் செய்திருக்கும் தொண்டு மிகவும் வியந்து பாராட்டுதற்குரியது.

- பெ. நா. அப்புஸ்வாமி

Books Published by Alliance Co., are highly popular books.

- Rt. Hon'ble V. S. Srinivasa Sastri

ரிடர்ன் ஆஃப் கிரேஸி தீவ்ஸ்

காட்சி 1

மாதுவின் வீடு

(ராமானுஜம் ஆபீசுக்குக் கிளம்பிக் கொண்டிருக்கிறார். குப்புசாமி அய்யங்கார் அமர்ந்துள்ளார். மைதிலி நின்று கொண்டிருக்கிறாள்.)

ராமா : மாது... எங்கே காலையிலேருந்து கண்ணுலயே படலையே?

மைதிலி : அதான் நீங்க ஒரு டைப்ரைட்டரை வாங்கிக் கொடுத்து இந்த வருஷம் டைப் பாஸ் பண்ண ணும்னு அவனுக்கு order போட்டுட்டேள். உங்களுக்கு பயந்துண்டு Instituteக்குப் போய் கத்துண்ட நேரம் போக வீட்டிலே சதா practice பண்றான்.

ராமா : அப்பா மாது டைப் பண்ற எக்ஸாம் பாஸ் பண்ணிடு வாங்கறேள்?

குப்பு : என்ன மைதிலி மாப்பிள்ளைக்கு சொல்லலியோ நேத்து ரிசல்ட் வந்தது? மாது டைப்லே லோயர் பாஸ் பண்ணியாச்சு. இன்னிலேருந்து 3வது மாசம் upper Examக்கு போகப்போறான்.

ராமா : அது அப்பரும் இல்லே... சம்பந்தரும் இல்லே லோயர்க்கு அடுத்தது Higher.

குப்பு : ஏதோ ஒண்ணு... ஆனா வலயப்பட்டி கூட டெய்லி இத்தனை தரம் தவுல் வாசிப்பாரான்னு கூட டவுட்தான். மாது வெறித்தனமாக டைப் அடிக்கிறான். சிலசமயம் மாதுவைப் பார்த்தவுடனே அந்த Typewriter ஆட்டோமெடிக்கா தானே அடிக்க ஆரம்பிச்சுடுது பாருங்களேன்.

மைதிலி : ஆமாம்! என்ன புண்ணியம்? டைப்பிஸ்ட் ஒரு உத்தியோகமா? டைப் கத்துக்கற நேரத்திலே ஹார்மோனியம் கத்துண்டா அதிஷ்டம் இருந்தா நாளைக்கு பெரிய Music Directorரா வரலாம்.

குப்பு : ஆனா ஒண்ணு... மாப்பிள்ளை வாங்கிக் கொடுத்த Typewriter கிட்டத்தட்ட Harmonium மாதிரிதான் இருக்கு. பட்டனைத் தட்டினா பாதி நேரம் Typeக்கு பதிலா என்னல்லாமோ சத்தம்தான் வருது.

மைதிலி : ஏன்னா... பேசாம மாதுவை உங்க பேங்கிலே இழுத்துப் போட்டுக்கோங்கோ.

ராமா : இதோ பார் மைதிலி, இருந்தா ஒழுங்கா இருக்கணும், இல்லேன்னா அப்பேர்ப்பட்ட பிள்ளை எனக்கு வேணவே வேணாம். டைப் ஒழுங்கா பாஸ் பண்ணச் சொல்லு, வேலை நான் வாங்கித் தரேன். பழையபடி சினிமா Dramaன்னு சுத்த ஆரம்பிச்சானா பெல்ட் பிஞ்சிடும்னு சொல்லு...

மைதிலி : சொல்லிச் சொல்லி உங்க பெல்ட் பிஞ்சிடுத்து... சாயங்காலம் வரச்சே புதுசா ஒண்ணு வாங்கிண்டு வாங்கோ.

குப்பு : மெதுவா பாத்து போங்கோ... கோவத்திலே வேகமா தலைதெறிக்க ஓடாதேள்.

ராமா : நான் வரேண்டி மைதிலி.

ராமா : (போனவர் திரும்பி) மைதிலி, மாதுவை கொஞ்சம் கூப்பிடு.

மைதிலி : எதுக்கு?

ராமா : கூப்பிடுன்னா கூப்பிடு.

மைதிலி : மாது... மாது...

மாது : (Typewriting action தந்து) என்னம்மா?

மைதிலி : உங்கப்பா கூப்பிடுறார்...

ராமா : என்னடா இது காக்கா வலிப்புக்காரன் மாதிரி கையை வச்சிண்டிருக்கே?

மாது : பாதி Typingலிருந்து அப்படியே எழுந்து வந்தேன்.

என்ன விஷயம் சட்னு சொல்லு; நான் போய் Typing continue பண்ணணும்.

ராமா : மாது... தாத்தா சொன்னார் நீ Typing Lower பாஸ் பண்ணிட்டதாக - வெரி குட்.

மாது : எனக்கு யாரோட வெரிகுட்டும் தேவையில்லே; I will stand on my own fingers.

ராமா : Own legsனு சொல்லு - அப்பதான் சொந்த கால்ன்னு வரும்.

மாது : தெரிஞ்சுதான் சொல்றேன்... நான் நம்பி இருக்கிறது டைப் செய்யற இந்த 10 விரல்கள்தான்... I will stand on my own 10 fingers. நகம் பேந்தாக்கூட பரவாயில்லை நான் சொந்த விரல்லே நிக்கறதா முடிவு பண்ணிட்டேன், யார் உதவியும் எனக்கு தேவை இல்லே.

ராமா : நீ விரல்லே வேணா நில்லு, இல்லே Balance பண்ணி மூக்கிலே வேணா நில்லு, பெத்த கடனுக்கு உனக்கு ஒரு வேலையும் பண்ணி வச்சு கல்யாணத்தையும் பண்ணிடறேன்.

மாது : என்னது ?

ராமா : இந்த கவர்லே 4, 5 பொண்ணுங்க போட்டோ இருக்கு. ஒரு வாரம் டைம் தரேன், பாத்து புடிச்ச பொண்ணை செலக்ட் பண்ணி வை.

குப்பு : என்ன மாப்பிள்ளை மாதுவுக்கு கல்யாணம் பண்றதா Decide பண்ணிட்டேள்னு என்கிட்டே கூட ஒரு வார்த்தை சொல்லலே ?

மாது : இப்ப என்னப்பா எனக்குக் கல்யாணத்துக்கு அவசரம் ?

மைதிலி : கல்யாணம் பண்ணணும் தான் - இல்லேங்கலே; அதுக்குன்னு இப்படியா திடீர்னு ஒரு வார்த்தை கூட சொல்லாம...

ராமா : உங்கிட்டே எதுக்கு சொல்லணும் ? எம் பிள்ளைக்கு எப்ப கல்யாணம் பண்ணணும்னு எனக்குத் தெரியும்.

மைதிலி : உங்க பிள்ளையா இருக்கலாம், ஆனா அவனை 10 மாசம் சுமந்து பெத்தது நான்தான்.

ராமா : நீ 10 மாசம் சுமந்திருக்கலாம், ஆனா அவன் பொறந்ததிலேருந்து இன்னி தேதி வரை அவனுக்காக பணம் செலவழிச்சது நான்.

மைதிலி : நீங்க பணம் செலவழிச்சிருக்கலாம். ஆனா அவனுக்கு இத்தனை நாளும் சமைச்சு சோறு போட்டது நான்.

ராமா : அந்த சோத்துக்கு Ration கடைல நின்னு அரிசி வாங்கினது நான்.

மாது : ஏம்மா நிறுத்திட்டே? சொல்றதுதானே அந்த அரிசிலேருந்து கல்லைப் பொறுக்கினது நான்னு... சே, உங்க ரெண்டு பேருக்குள்ளே இப்படி சண்டை வரும்னு தெரிஞ்சிருந்தா நான் பொறந்திருக்கவே வேணாம்னு தோணுது.

ராமா : மாது, இவளோட சேர்ந்து ஏதான எனக்கு எதிரா பண்ண நினைச்சே, அப்புறம் Belt பிஞ்சிடும்.

மைதிலி : ஆ ஊன்னா இது ஒண்ணு தெரிஞ்சிருக்கு கைதி கண்ணாயிரமாட்டம்... எப்பப் பாரு Beltஐ கைல வச்சிண்டு பிஞ்சிடும் பிஞ்சிடும்னு...

மாது : என்னப்பா இது... ஏதோ டைப் கத்துக்கச் சொன்னே, கத்துக்கறேன். இவளைத்தான் கல்யாணம் பண்ணிக் கோன்னு கட்டாயப் படுத்தறது நியாயமில்லை.

ராமா : உன்னை யார் இப்ப கட்டாயப்படுத்தினது? இதுல 5 பொண்ணுங்க போட்டோ இருக்கு. உனக்கு பிடிச்சவளை செலக்ட் பண்ணு, மத்ததை நான் பார்த்துக்கறேன்.

மாது : நான் செலக்ட் பண்ண பொண்ணை நீ கல்யாணம் பண்ணிக்கறேங்கறியா?

ராமா : மூதேவி, உனக்குக் கட்டி வக்கறேன்னேன்.

மாது : suppose 5 பொண்ணையும் எனக்குப் பிடிக்கலேன்னா?

ராமா : இன்னொரு 5 போட்டோ கொண்டுவரேன்.

மாது : அதெப்படி 5, 5ஆ கொண்டுவருவே? பொண்ணுங்க போட்டோவை எங்கயாவது அஞ்சு அஞ்சா கூறு கட்டி விக்கறாங்களா?

ராமா : போட்டோவை பார்த்து நிதானமா ரிசல்ட் சொல்லு. அதுக்குன்னு நிதானமா உன் பி.ஏ. ரிசல்ட் மாதிரி 7-8 வருஷம் ஆக்கிடாதே.

மாது : பி.ஏ. பாஸ் பண்ணலைங்கற ஒரே காரணத்தை வச்சு என்னை நீ கொத்தடிமையாக்கறே.

ராமா : அப்ப நான் கிளம்பட்டுமா?

மாது : இரு, இப்பவே பாத்து ரிசல்ட் சொல்றேன்.

ராமா : இப்ப சொல்லு - நீ என் பிள்ளை.

மாது : இந்தப் பொண்ணு வேண்டாம், பல் சரியில்லே.

ராமா : பல் சரியில்லேன்னு எப்படி சொல்றே? போட்டோல வாயை மூடிண்டு இருக்கா.

மாது : பல் சரியில்லாததினால தான் சிரமப்பட்டு மூடிண்டிருக்கா. பேர் என்ன போட்டிருக்கு லல்லியா - அப்பன்கிட்ட சொல்லி பல்லின்னு மாத்தச் சொல்லு.

ராமா : Next -

மாது : இவளுக்கு கண் சரியில்லே... போட்டோலேயே கண் அடிக்கிது... கெட்ட பொண்ணு-

ராமா : பிடிக்கலேன்னா பிடிக்கலேன்னு சொல்லு. ஏன் ஊரான் விட்டுப் பொண்ணைப் பத்தியெல்லாம் comment அடிக்கறே?

மாது : நீ ஏன் ஊரான் வீட்டுப் பொண்ணு போட்டோவை எல்லாம் என்கிட்ட கொண்டு வந்து காட்டறே? உறவுக்காரங்க போட்டோவை கொண்டு வரதுதானே?

ராமா : உறவுலே பொண் எடுக்கணும்னு எனக்கும் ஆசைதான் - பாக்கறமாதிரி ஒண்ணுமில்லியே.

மைதிலி : நீங்க யாரை மனசிலே வச்சிண்டு இப்படிக் குத்திக் காட்டறேள்னு எனக்குத் தெரியும்; Plain ஆவே பேசுங்கோ.

ராமா : எனக்கென்னடி பயம்? மாயவரத்திலே இருக்கானே உங்கண்ணன் - அவனைத்தான் சொன்னேன்.

குப்பு : யாருடி மைதிலி மாயவரத்தில எனக்குத் தெரியாம உனக்கு அண்ணன்?

மைதிலி : நீ ஒண்ணு... உன் மூத்த பையன் மாதவனைத்தான் கேலி பண்றார்.

குப்பு : மிலிடரி மாதவனா? மறந்தே போச்சு.

ராமா : மாது, கவனமா கேளு... நீ பி.ஏ. fail ஆனது, கன்னா பின்னான்னு சினிமா பாக்கறது இது எல்லாம் கூட பரவாயில்லே, நான் கண்டுக்க மாட்டேன். ஆனா உன் கல்யாணம் என் இஷ்டப்படிதான் நடக்கணும், புரிஞ்சுதா?

மாது : உன் இஷ்டப்படியானா, தாலியை நான் கட்ட allow பண்ணுவியா?

(என்று கேலி செய்தபடி உள்ளே ஓடுகிறான்)

(வந்தபடி) தாத்தா அப்பா ஆபீஸ் போயாச்சா?

குப்பு : மாப்பிள்ளை இப்பதான் போறார், கூப்பிடட்டுமா?

மாது : ஸ்... அவர் போறதுக்குத்தான் wait பண்ணிண்டு இருக்கேன். அம்மா இப்படி வா, ஒரு முக்கியமான விஷயம் பேசணும்.

குப்பு : என்னடா பயங்கற suspense, என்ன விஷயம் எதைப்பத்தி?

மாது : என் கல்யாணத்தைப் பத்தி என் அபிப்ராயத்தை சொல்லப்போறேன்.

மைதிலி : அதான் இத்தனை நேரம் உங்கப்பா பேசினாரே உன் அபிப்ராயத்தை சொல்ல வேண்டியதுதானே?

மாது : சொல்லியிருந்தா இந்நேரம் அனாவசியமா ஒரு Belt பிஞ்சிருக்கும்.

மைதிலி : புரியலே?

மாது : அம்மா, அப்பா ஒரு 5 பொண்ணுங்க போட்டோவை காமிச்சாளே. அதுங்களை எல்லாம் என்னால் கல்யாணம் பண்ணிக்க முடியாதும்மா.

குப்பு : அத்தனையும் இல்லேடா, ஏதானா ஒண்ணைத்தான்

உங்கப்பன் கட்டிக்க சொல்றான், அதுவும் பிடிச்சா...

மாது : 5 என்ன? அப்பா 5 லட்சம் போட்டோ கொண்டு வந்தாலும் நான் பிடிக்கலைன்னுதான் சொல்லப் போறேன்.

குப்பு : ஆ... இப்பதான் மைதிலி பய நம்ப கட்சிக்கு வரான். உறவு விட்டுப் போயிடக் கூடாதேங்கறதுக்காக மாதவனோட 5 பொண்ணுங்கள்ளே ஒருத்தியை கட்டிக்கறேன்கறான் - correctஆ மாது?

மாது : மிலிடரி மாதவன் என்ன, மேஜர் ஜெனரல் மானெக்ஷாவே பொண்ணு கொடுத்தாலும் நான் வேண்டாம்னுதான் சொல்லுவேன், புரியுதா?

மைதிலி : அப்ப என்ன கல்யாணமே பண்ணிக்கப் போறதில்லையா?

மாது : சீ! சீ ! அப்படியெல்லாம் இருப்பேனா? நம்ப குலம் தழைக்க வேணாமா?

மைதிலி : பின்ன...

மாது : தாத்தா என்னை மன்னிச்சிடுங்கோ, நான் ஒரு பொண்ணை லவ் பண்றேன்.

குப்பு : சரி, லவ் பண்றதுக்கும் உன் கல்யாணத்துக்கும் என்ன... (Realising) அடப்பாவி, லவ் பண்றேன்-னு சொல்றே?

மாது : ஆமா, அவளைத்தான் கல்யாணம் பண்ணிப்பேன்னு அவ தலைல சத்யம் பண்ணியிருக்கேன்.

மைதிலி : ஏண்டா மாது, நீ லவ் பண்றது உங்கப்பாவுக்குத் தெரியுமோ?

மாது : எனக்குத் தெரிஞ்சு அப்பா செல்லாம் வச்சுண்டு யாரும் லவ் பண்ணது கிடையாதும்மா?

மைதிலி : சட்னு சொல்லுடா, வைத்திலே புளிய கரைக்கறியே?

மாது : அம்மா, அவ எங்கூட டைப்ரைட்டிங் Institute படிக்கிறா. இத்தனைக்கும் 10 நாள் பழக்கம்தான். என்னமோ தெரியலே என்னையும் அறியாம எங்களுக்குள்ளே தெய்வீகக் காதல் வந்துடுத்து.

குப்பு : இப்பதான் புரியுது Rascal - Instituteக்கு டைப் அடிக்கப்போறேன்னுட்டு sight அடிக்க போயிண்டிருந்தியா?

மாது : மகத்துவம் தெரியாம தெய்வீகக் காதலை கிண்டல் பண்ணாதே தாத்தா.

குப்பு : அது என்ன தெய்வீகக் காதல்? 2 பேரும் குளிச்சுட்டு ஆசாரமா விபூதி குங்குமம் எல்லாம் இட்டுண்டு சாமி படம் முன்னாடி உக்காண்டு ஸ்லோகம் சொல்லிண்டே லவ் பண்ணுவேளா?

மைதிலி : நீ பேசாம இருப்பா... மாது, யார்டா அந்த பொண்ணு? நல்ல பொண்ணுதானே?

மாது : பத்தரை மாத்து தங்கம்மா.

குப்பு : ஜிமிக்கி பண்ணி காதுல போட்டுக்க...

மைதிலி : நல்ல பொண்ணுங்கறே. அப்புறம் ஏன் அப்பாவை நினைச்சுப் பயப்படறே?

குப்பு : ஏழையோ?

மாது : Middle class. அவளோட அப்பா ஒரு Bakery வச்சிருக்கார்.

குப்பு : போக்கிரின்னா?

மாது : அதான் தாத்தா ரொட்டிக்கடை. இந்த நாம சாப்டற Bun, Butter, Jam, நாய்க்கு போடற பொறை பிஸ்கட் இதெல்லாம் கூட விப்பாளே-

குப்பு : புரிஞ்சுடுத்துடா.

மைதிலி : மாது, போக்கிரிங்கற... அப்ப பொண்ணு வேற ஜாதியோ?

மாது : வேற மதம்!

குப்பு : வேற மதம்னா வெள்ளைக்காரனா?

மாது : வெள்ளைக்காரனோட தெய்வந்தான் இவாளுக்கும் குலதெய்வம். ஆனா fullஆ வெள்ளைக்காரன்னு சொல்ல முடியாது. கிட்டத்தட்ட black & whiteனு வச்சிக்கலாம்.

குப்பு : நீ லவ் பண்ற பொண்ணோட பேரை சொல்லித் தொலையேண்டா... நான் என்ன மதம்னு கண்டு பிடிச்சிடறேன்.

மாது : எஸ். ஜானகி.

குப்பு : எஸ். ஜானகியா? ஜானகி ஹிந்து மத பேர்தானே?

மாது : Problem அந்த எஸ் ல தான் இருக்கு.

குப்பு : எஸ் ன்னா அந்த ஜானகி initial - அதாவது அவ அப்ப னோட பேர் எஸ் ல ஆரம்பிக்குது. நீ ப்ராப்ளமே எஸ் ல தாங்கறே... அவ அப்பன் பேரு என்ன சங்கடமா?

மாது : இல்லை தாத்தா! எஸ் ங்கறது நான் சும்மா உங்களுக்கு படிப்படியா சொல்றதுக்காக வச்ச initial. S for stella Janaki; அவள் initial J.J.; Stella Janaki, J for Jesudoss...

குப்பு : J for மறுபடி ஜானகி இல்லையே?

மாது : J for ஜேசுதாஸ்...

குப்பு : யாரு ரொட்டி கடைக்காரனா? என்னடாது மாது, எஸ். ஜானகி, ஜேசுதாஸ், மலேசியா வாசுதேவன், எஸ்.பி.பி.னு வரிசையா பின்னணி பாடகர்கள் பேரா சொல்றே?

மைதிலி : மாது! கிறிஸ்டியனா?

மாது : ஆமாம்மா, தாத்தாவையும் உன்னையும் நம்பித்தான் நான் ஸ்டெல்லா ஜானகி கிட்ட வாக்கு குடுத்துட் டேன்.

குப்பு : என்னடா மாது, பேரே சரியில்லையேடா - Stella Janaki பில்லா, ரங்கான்னு.

மாது : நாளைக்கு அவளை இங்க வரச் சொல்லி யிருக்கேன்.

குப்பு : எதுக்கு?

மாது : அம்மாவை introduce பண்ணிக்க. அம்மா, அவகூட ஒரு 5 நிமிஷம் பழகு-அப்புறம் நீயே சொல்லுவே

Stella Janaki தான் எனக்கேத்த மாட்டுபொண்ணுன்னு.

மைதிலி : மாது, உங்கப்பாவை நினைச்சாதான் பயமா இருக்கு.

மாது : அப்பாவை சரிக்கட்றது எம் பொறுப்பு; போதுமா?

மைதிலி : மாது, கொஞ்ச நாள் பழக்கம் தானா பேசாம அவ கிட்டே சொல்லிடேண்டா இது மாதிரி எங்கப் பாவுக்கு இஷ்டம் இல்லே என்னை மறந்துடும் மான்னு...

மாது : எவ்வளவு சுலபமா சொல்லிட்டேம்மா? இதோ பாத்தியா (கத்தை பேப்பரை காட்டி) ஒரு வாரமா என்ன அப்படி டைப் அடிக்கறேன்னு கேட்டேளே? Full Bible.

மைதிலி : Bible ஆ?

குப்பு : அதாண்டி நமக்கெல்லாம் வேதம் மாதிரி பகவத்கீதை இல்லியோ - அதே மாதிரி முஸ்லீம்களுக்கு பைபிள் வேதம் மாதிரி.

மாது : தாத்தா அது 'குரான்'; பைபிள் Christiansக்கு வேதம்.

மைதிலி : என்னமோப்பா love கிவ்ங்கற... எனக்கு ஒரு எழவும் புரியலை... ஈஸ்வரோ ரக்ஷது (போக)

மாது : அத்தைவிடு தாத்தா, அப்பாகிட்ட இந்த லவ் விஷயத்தை சொல்றோம்னு வச்சிக்க...

குப்பு : சொல்றோம் என்ன சொல்றோம், சொல்றேன், நீ தான் சொல்றே...

மாது : சரி சொல்றேன், மிஞ்சி மிஞ்சிப் போனா என்ன பண்ணுவார்?

குப்பு : நாலே வார்த்தைல சொல்லுவார்...

மாது : சொல்லு...

குப்பு : உன்னை சிலுவைல வச்சு அறைவார்.

காட்சி 2

மாதுவின் வீடு

(கை கெடிகாரத்தை பார்த்தபடி மாது குறுக்கும் நெடுக்குமாக நடந்தபடி)

மாது : என்னது, ஸ்டெல்லா ஜானகியை இன்னும் காணும். (ஜானகி வருதல்)

ஜான : மாது...

மாது : வா... ஸ்டெல்லா ஜானகி வா, வா. ஒரு நிமிஷம், மொத மொதல்ல மாமியார் வீட்டுக்கு வரே, வலது காலை எடுத்து வச்சு வரணுங்கற செண்டிமெண்டெல்லாம் உண்டு இல்லையா?

ஜான : கிண்டலா? நாங்களும் வலது கையாலதான் சாப்பிடறோம்.

மாது : சும்மா ஒரு பேச்சுக்கு கேட்டேன், கோவிச்சுக்கறியே!

ஜான : அப்புறம் மாது, உங்கப்பாகிட்ட இந்த விஷயத்தை சொல்லிட்டியோ?

மாது : நம்ப லவ் ஐ பத்தியா?

ஜான : ம்...

மாது : கன்னத்துல கோட்டை அறை அறைவார்... என்ன, வலது கன்னத்துல அடிச்சா இடது கன்னத்தை காட்டுங்கறியா ஏசு சொன்னபடி? எங்கப்பா ஏசு இல்லை, பயங்கர லூசு... நான் மாத்தி மாத்தி கன்னத்தை காமிச்சா அவரும் வசதியா சேர் போட்டுண்டு மாத்தி மாத்தி அறைஞ்சுண்டே இருப்பார்.

ஜான : பின்ன எப்படிதான் அவரை சமாளிக்கப் போறீங்க?

மாது : அதுக்குத்தான் நம்ப கட்சிக்கு ஆள் சேக்க உன்னை இன்னிக்கு கூப்பிட்டேன். என் தாத்தா, அம்மா ரெண்டு பேரும் இப்பவே என் கட்சிக்கு தாவின மாதிரிதான்.

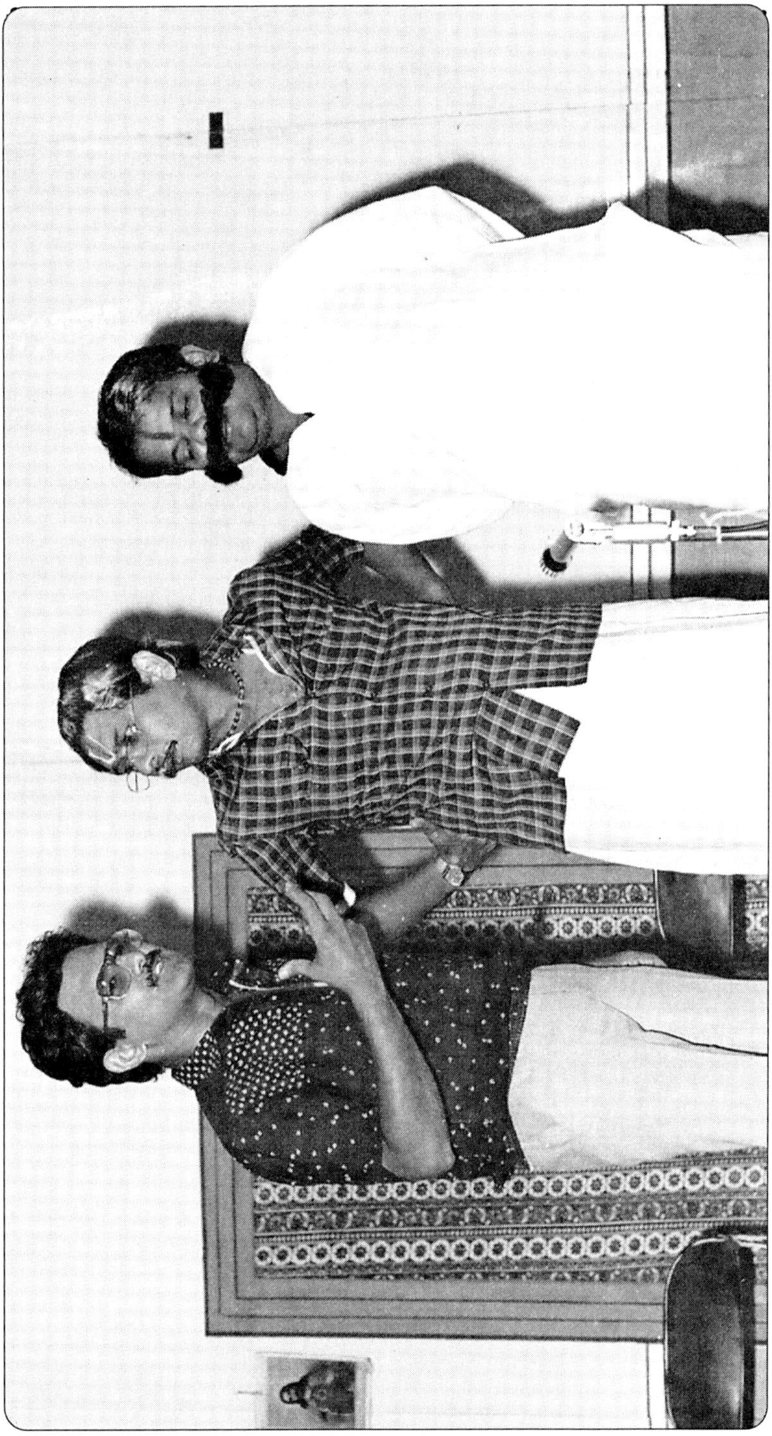

ஜான : அப்படியா?

மாது : இப்ப அவுங்க ரெண்டு பேரும் கோவில்லேந்து வர டயமாச்சு. நீ இப்ப இங்க இருந்தா டவுட் வரும். வாசல்ல போய் மறவா நில்லு. அவுங்க வந்தப்புறம் புதுசா வர மாதிரி வா.

ஜான : வந்து?

மாது : நான் இல்லாத போது அவாகிட்ட பேசு-பயங்கரமா ஐஸ் வை, மெய்யினா எங்க தாத்தாவுக்கு ஜன்னி வர அளவுக்கு ஐஸ் வச்சு ஓஹோன்னு அவரை புகழ்ந்து பேசு, நான் வந்து பேசிக்கிறேன் மீதியை. முக்கியமா எங்கம்மா கிட்ட பேசறச்சே கூடிய வரை ஹிந்து மத சம்பந்தமாகவே பேசு.

ஜான : உங்கப்பாக்கு என்ன பண்ணப்போறீங்க?

மாது : அவர் மண்டையை போட்டார்னா கொள்ளி வச்சிட்டு காரியம் பண்ணலாம், மத்தபடி அவரை ஒண்ணும் பண்ண முடியாது. எனக்கு பாத்து இப்படியா மகாமுரடனான ஒரு அப்பன் பொறக்கணும்? விடு, என் தலையெழுத்து. நீ போ, ஜானகி. தாத்தாவும் அம்மாவும் வர டயமாச்சு.

(ஜானகி வெளியே போகிறாள்)

மைதிலி : ஏம்பா, மாது எங்கே?

குப்பு : உள்ளதான் இருப்பான்.

மைதிலி : இன்னிக்கு அவ வரேன்னிருக்கா? இல்லையா? அதாம்பா, மாது லவ் பண்றானே Stella Mary Janaki.

குப்பு : Stella Mary Janakiயும் இல்லை Queen Mary's Janakiயும் இல்ல, மாட்டு பொண்ணு பேரை ஒழுங்கா pronounce பண்ணு - Stella Janaki.

மைதிலி : மணி வேற நாலு ஆறது - உங்க மாப்பிள்ளை வர டயம் ஆச்சு. சட்டுபுட்டுனு அந்த ஸ்டெல்லா ஜானகி வந்தா பாத்துடலாம்னா, காணாமே!

குப்பு : So, ஸ்டெல்லா ஜானகியை பாக்க நீ ஆசைப்படறே?

மைதிலி : மாது ஆசைப்பட்டாச்சு; நாம நினைச்சாலும்

மாத்தவா முடியும்? பேசிப் பாப்போம் - நல்லவளா இருந்தா நாம ஏன் இந்தக் கல்யாணத்துக்கு குறுக்கே நிக்கணும்? அவ வந்தா கூப்பிடுங்கோ (உள்ளே போக ஜானகி வருதல்)

குப்பு : வாம்மா ! யார் வேணும்?

ஜான : என் பேர் ஸ்டெல்லா ஜானகி. நான் மாதுவோட -

குப்பு : விட்டுடு... விட்டுடு... எனக்கு புரிஞ்சுடுத்து. இந்த Stageல மாதுவுக்கும் உனக்கும் உள்ள உறவை சொல்றது கஷ்டம்தான்.

ஜான : நீங்கதான் மாதுவோட அப்பாவா?

குப்பு : நல்லா கேட்டே போ, நான் மாதுவோட தாத்தா!

ஜான : நீங்க மாதுவுக்குத் தாத்தாவா?

குப்பு : ஏன்?

ஜான : அப்ப உங்க வயது?

குப்பு : சஷ்டி அப்த பூர்த்தி வயசாச்சு... 60க்கு மேல வயசை ஞாபகம் வச்சுக்கறது அனாவசியம் என்னை பொறுத்தவரை. யாரான கேட்டா போற வய சாச்சுன்னு சுருக்கமா சொல்லிடுவேன்.

ஜான : உங்களை பாத்தா 60 வயசுக்கு மேல ஆனவர் மாதிரியே தெரியலை சார்.

குப்பு : நெஜமாவா?

ஜான : 50, 52 சொல்லலாம். அதனாலேதான் மாதுவோட அப்பாவான்னு கேட்டேன்.

குப்பு : நிக்கறியே, உக்காரும்மா. சின்ன வயசுல தண்டால், பஸ்கி எல்லாம் நெறைய போட்டதால இப்பவும் என்னால ட்ரிம்மா இருக்க முடியறது.

ஜான : நான் மட்டும் உங்களை பேட்டிகாண வந்தா மொத்த கேள்வி உங்கள் இளமையின் ரகசியம் என்னன்னு தான் கேப்பேன்!

குப்பு : இளமையின் ரகசியம் என்னன்னு கேட்டியே, பீம புஷ்டி லேகியம் 10 வருஷமா சாப்பிடறேன்.

பலனே இல்லேன்னு நினைச்சேன். இப்படி நீ கேட்டதும்தான் எனக்கே அதோட சக்தி புரிஞ்சது. ஒரு நிமிஷம் இரு, நான் மாதுவோட அம்மாவை கூப்பிடறேன் - மைதிலி மைதிலி (மைதிலி வர) மைதிலி, இதுதான் Stella Janaki - நல்ல தங்கமான பொண்ணு - மாதுவுக்கு ஏத்த ஜோடிதான்.

மைதிலி : (கையிலிருந்து பூவை எடுத்து) இந்தாம்மா மல்லிப் பூ. உங்க இதுல பூ வச்சுக்கற பழக்கம் உண்டா?

ஜான : எனக்கு உண்டு.

குப்பு : அவ்வளவுதான், problem தீர்ந்தது. ரொம்ப சொல்லப் போனா மாது அதிர்ஷ்டக்காரன், உன்னை மாதிரி பொண்ணு கிடைக்க குடுத்து வச்சிருக்கணும்.

ஜான : Thank you Sir.

குப்பு : என்னது, சார் மோர்னு... மாதுவுக்குத் தாத்தா உனக்கும் தாத்தா! தாத்தானே கூப்பிடு.

ஜான : Sorry ! உங்களை தாத்தான்னு கூப்பிடவே எனக்கு மனசு வரலை.

குப்பு : நீ அந்த இளமை ரகசியத்துக்கே கரெக்டா வரே, பாக்க youngஆ இருந்தாலும் God promiseஆ மாதுவுக்கு நான் தாத்தாதான்.

மைதிலி : கொஞ்சம் பேசாம இரேம்பா. என் பேர் மைதிலிம்மா?

ஜான : அப்படியா? எங்கம்மா பேர் மைத்ரேயி.

மைதிலி : சொன்னான், மாது சொன்னான்.

ஜான : எங்கப்பா யேசுதாஸ் - கிறிஸ்டியன்.

குப்பு : பேக்கரி வச்சிருக்கிறவர்தானே? ஆமாம். இந்த அரிசியை விட ரொட்டில சத்து ஜாஸ்தியாமே, நெஜமாவா?

ஜான : ஆமாம், நீங்க ராத்திரி சாப்பாட்டுக்கு பதிலா ரொட்டி சாப்பிடுங்க. அடுத்த தடவை நான் உங்களை பாத்தா 40 வயசுதான் சொல்லுவேன்.

குப்பு : போற ரேட்ல வயது குறைஞ்சுண்டேபோய் இன்னும் பொறக்கவே இல்லைன்னு சொல்லுவே போலிருக்கே!

மைதிலி : உங்கப்பாவும் அம்மாவும் லவ் மேரேஜா?

குப்பு : பின்ன என்ன? மைத்ரேயிக்கும் யேசுதாஸுக்கும் ஜாதக பொருத்தம் பாத்தா கல்யாணம் பண்ணி வச்சா? அசட்டு பிசட்டுனு ஏதான உளறாதே...

ஜான : சீ பாவம், தெரியாம சொல்லிட்டாங்க. இதுக்கு போய் பெரியவங்களை ஏன் கேலி பண்றீங்க?

குப்பு : பெரியவங்களா? மைதிலி என் பொண்ணும்மா, என்னைவிட சின்னவ. என்னைவிட மைதிலி பெரியவளா தெரியற அளவுக்கா நான் young ஆக இருக்கேன்?

ஜான : அட, மரியாதைக்கு பெரியவங்கன்னு சொன்னேன். அவர் இல்லையா?

குப்பு : எவர்?

ஜான : அதான் உங்க பேரன்.

குப்பு : மாதுவா? சும்மா பேர் சொல்லும்மா - இந்தக் காலத்துல புருஷன் பேரை பொண்டாட்டி சொல்றது Fashion தான்.

ஜான : என்ன இருந்தாலும், என்னை கட்டிக்கப் போறவரை பெத்தவங்க எதிர்ல பேரை சொல்றது என்னமோ எனக்கு தப்பா படறது.

மைதிலி : ஏதான சாப்பிடறியா?

ஜான : நான் சாதாரணமா வெளில எதுவும் சாப்பிடறது இல்லை.

குப்பு : உள்ள அழைச்சுண்டு போய் குடேன் மைதிலி.

ஜான : இல்லை, பரவாயில்லைம்மா, இன்னொரு நாள் வர்ரேன், அப்ப ஏதான சாப்பிடறேன்.

மைதிலி : இன்னொரு நாளா என்ன? நிரந்தரமா இங்கே வரப்போறவதானே? என்னப்பா?

குப்பு : அதானே?

மைதிலி : மாது.... மாது... (மாது வருகிறான்)

மாது : என்னம்மா? அடடே ஜானகியா? வா வா, எப்ப வந்தே? இதுதான் எங்கம்மா - அம்மா, இதான் ஸ்டெல்லா ஜானகி.

மைதிலி : மாது, நாங்க எல்லாம் பேசி முடிச்சாச்சு. சுருக்கமா சொன்னா நான் இப்பவே சாவிக் கொத்தை இவ கைல கொடுக்கத் தயார், எதுக்கும் உங்கப்பாவை ஒரு வார்த்தை கேட்டு இதைப்பத்தி... (போகிறாள்)

மாது : இந்த விஷயத்தை அப்பாகிட்ட சொன்னா கைகால உதறிண்டு கத்த ஆரம்பிப்பார்; அப்புறம் சாவிக் கொத்தை அப்பா கைலே கொடுக்க வேண்டியிருக்கும். காகா வலிப்பு வந்தா மாதிரி கூச்சல் போடுவார்.

குப்பு : மாது, ஜானகி கழுத்துல நீ தாலி கட்டறது எம் பொறுப்பு. போதுமா?

மாது : Thanks தாத்தா.

குப்பு : கேக்கவே இல்லையே! நீ என்ன படிச்சிருக் கேம்மா?

ஜான : பி.ஏ.

குப்பு : பாஸா?

ஜான : ம்...

குப்பு : ஆச்சர்யமா இருக்கே? மைதிலி பாஸாண்டி!

ஜான : என்னது? பி.ஏ. பாஸ் பண்ணது ஆச்சர்யமா இருக்கா?

குப்பு : இந்த வீட்டை பொறுத்தவரை பி.ஏ. பாஸ் பண்றது சாதாரண ஆச்சர்யமில்லை, உலக மகா அதிசயம்.

மாது : ஒண்ணுமில்லை, அவளுக்கும் தெரியும், நான் 6, 7 தடவை பி.ஏ. பெயிலானதை சொன்னேன்.

ஜான : கல்யாணம் முடிஞ்ச கையோட உங்க பேரனை பி.ஏ. எழுதவச்சு பாஸ் பண்ண வக்கறேனா, இல்லை

யான்னு பாருங்கோ! Christஐ நம்பி எந்த காரியம் பண்ணாலும் எனக்கு வெற்றிதான் - Because Jesus never Fails.

குப்பு : But your மாது always fails.

ஜான : மாது, அப்ப நான் வரட்டா. (போகிறாள்)

குப்பு : செய்யம்மா, நல்ல பொண்ணுடா இவ.

மாது : இதை கடைசிவரை, தாலி கட்டறவரை சொல்லணும். அப்பாவை பாத்தவுடனே பால் மாற மாட்டியே?

குப்பு : மாப்பிள்ளை வர டயமாச்சு இல்லை, உங்கப்பனை எப்படி சரி கட்டப் போறே?

மாது : சீனுவை வரச் சொல்லியிருக்கேன். நான் உள்ள இருக்கேன், அவன் வந்தா கூப்பிடு.

குப்பு : சீனுவையா? எதுக்கு?

மாது : லவ் சம்பந்தமா அப்பாவோட ரியாக்ஷனை தெரிஞ்சுக்க.

குப்பு : எப்படி?

மாது : அப்பா எதிர்ல சீனு, தான் ஒரு கிறிஸ்டியன் கேர்லை லவ் பண்றதா சொல்வான். அப்ப அப்பா என்ன பதில் சொல்றார்ன்னு தெரிஞ்சுக்கலாம், ஒரு வேளை அப்பா சீனுகிட்ட ஏதோ லவ் பண்றதை பண்ணிட்ட, பேசாம தாலிகட்டுன்னு advise பண்ணா இதை காரணமா வச்சே நம்ம விஷயத்தையும் சொல்லி ஒரு மாதிரியா அவரை சரி கட்ட பாக்கலாம். இல்லையா?

குப்பு : சீனுக்கு எல்லாம் சரியா சொல்லி குடுத்திருக்கியா?

மாது : ஆமாம், இது என்ன Hand Bag?

குப்பு : அய்யய்யோ Stella ஜானகியோடது... மறந்து போய் விட்டுட்டு போயிட்டா.

மாது : நல்லவேளை, பாத்தோம். அப்பா கண்லபட்டா குளோஸ். குடு, உள்ள வச்சுடறேன்.

குப்பு : முண்டம், இரு... suppose உங்கப்பன் இப்ப வந்துட றான்னு வச்சுக்கோ, பின்னாடியே 5 நிமிஷம் கழிச்சு ஜானகியும் Hand bag எங்கன்னு என்னை கேட்டா நான் என்ன பதில் சொல்றது? உங்கப்பா என்ன நினைச்சுக்குவாரோ இல்லையோ ஜானகி என்னை Hand Bag Thiefனு தப்பா நினைச்சுடுவா! நீயே ஓடிப்போய் குடுத்துட்டு வந்துடு.

மாது : காலிங் பெல், யாரு, அப்பாவா? தாத்தா, சமாளி.

குப்பு : தெரியாது? அப்பாவும் இருக்கலாம், சீனுவும் இருக்கலாம், ஜானகியும் இருக்கலாம், இல்ல 3 பேரும் சேர்ந்தும் வந்திருக்கலாம்.

மாது : ஒரு தடவைதானே பெல் அடிச்சுது.

குப்பு : முண்டம், 3 பேர் வந்தா 3 தடவை அதுக்காக பெல் அடிக்கணுமா? (ராமானுஜம் வருகிறார்)

மாது : தாத்தா, ஜானகி வந்தா எப்படியான சமாளி...

ராமா : (அமர்ந்து) என்ன சமாளி?

குப்பு : அது, சவாலே சமாளி, டி.வி.ல வாரா வாரம் Hindi சினிமாவாம்.

ராமா : சவாலே சமாளி தமிழ்ப் படமாச்சே?

குப்பு : அததான் நானும் சொன்னேன்! (காலிங்பெல்)

ராமா : யார் இந்த டயத்துல வரா?

குப்பு : அந்த பெல் சத்தத்தை வச்சு பாத்தா வந்திருக்கிறது பொம்பளையா இருக்குமோன்னு தோன்றது.

ராமா : என்ன உளர்றீர் (ஜானகி வருகிறாள்) யார்மா நீ?

குப்பு : அதுவந்து...

ராமா : இருங்கோ... நீ இந்த ஏசுதாஸ் பொண்தானே? பேக்கரி வச்சிருக்கானே?

ஜான : கரெக்ட், எங்கப்பாவை உங்களுக்குத் தெரியுமா?

ராமா : நல்லா தெரியும். மைலாப்பூர்ல இருந்துண்டு ஏசுதாஸை தெரியாம இருக்குமா? எங்க வந்தே?

ஜான : அதுவந்து... Hand bag வாங்கிண்டு போக வந்தேன்.

ராமா : உன் Hand Bag எப்படி இங்க வந்தது?

ஜான : அது... வந்து...

குப்பு : நீ சொல்லாத, நான் சொல்றேன். மாப்பிள்ளை கார்த்தால பிரட் வாங்க இவ அப்பா கடைக்குப் போனேனா?

ராமா : நீங்க எதுக்கு பிரட் வாங்கப் போனேள்?

குப்பு : எதுக்கோ வாங்க போனேனே... அ... டாக்டர் டெய்லி என்னை பிரட் சாப்பிட சொல்லியிருக்கார்.

ராமா : பச்சை பிரட்டா?

குப்பு : இல்லை, Brown Bread. என்ன மாப்பிள்ளை, பிரட் கலர் கூட தெரியாம பச்சை பிரட்டுங்கறீங்க? இந்தாம்மா உன் Hand Bag.

ராமா : டாக்டர் எதுக்கு உம்மை பிரட் சாப்பிட சொன்னார்?

குப்பு : நான்தான் கேட்டேன், டாக்டர், டாக்டர், நான் பிரட் சாப்பிடலாமான்னு, அவரும் சாப்பிடுன்னுட்டார்.

ராமா : அதான் எதுக்கு கேட்டேள்னு கேக்கறேன்?

குப்பு : என் இஷ்டம் நான் பிரட் சாப்பிடுவேன், பொறை சாப்பிடுவேன், நாய் பிஸ்கட் கூட சாப்பிடு வேன், இதெல்லாம் போய் கேள்வி கேக்கலாமா? நீயேம்மா நிக்கறே? இங்க என்ன வேடிக்கையா காட்டறாங்க? நீ போ.

ஜான : வரேன் சார். (போகிறாள்)

குப்பு : போனேனா? அப்பதான் என்னோட Ladies Hand Bag ஐ பேக்கரியில விட்டுட்டேன்.

ராமா : உங்களோட Ladies Hand Bag ஆ?

குப்பு : உளர்றேன், நான் அப்ப என்னோட பர்சை விட்டுட் டேன்; அதை திருப்பி கொடுக்க இவ வந்திருக்கா, அப்ப இவ தன்னோட Hand Bag ஐ மறந்து விட்டுட்டா. மைதிலி காபி ரெடியா? (போகிறார்) (மாது, சீனு வருகை)

மாது : வாடா சீனு, எங்க வந்தே?

சீனு : நீதானே வரச் சொன்னே?

மாது : சரி, சரி, உக்காரு. யார்ப்பா அந்தப் பொண்ணு?

ராமா : ஜேசுதாஸ் பேக்கரி இல்லை, அவர் பொண் வந்தா?

மாது : யாரு, இந்த லட்சணமா, பாக்க மஹாலட்சுமி யாட்டம் துறுதுறுன்னு ஒரு பொண்ணு பேக்கரில நிக்குமே, அதுவா?

ராமா : பொண்ணு பாக்க நன்னாதான் இருப்பா; ஆனா Family? மேலும் அந்த பொண்ணோட அப்பா கிறிஸ்டியன், அம்மா ஹிந்து.

சீனு : அதுல ஒண்ணும் தப்பில்லை சார்...

ராமா : என்ன தப்பில்லை?

சீனு : அது...

மாது : இரு, அவசரப்படாதே பெரியவர் பேசறார் இல்லையா? அவர் முடிக்கட்டும். இப்பதானே வந்தே? இது என்ன பரிட்சையா? மனப்பாடம் போட்டதை ஒப்பிக்க?

சீனு : மாது...

மாது : நியாயமா பாத்தா இவ்வளவு சீக்கிரம் நீ வந்ததே தப்பு. நீ சொல்லுப்பா...

ராமா : ஏசுதாசை 20 வருஷமா எனக்குத் தெரியும். இந்தப் பாழாப் போன love marriageஜால அவன் உறவுக்காரங்களை பகைச்சுண்டு உருப்படாம போயிட்டான். இந்த loveகிவ்னா கட்டிவச்சு பெல்டால விளாசணும்.

மாது : ஏசுதாஸைப் பத்தி பேசி ஆச்சா?

ராமா : ஏன்?

மாது : சீனு, இப்ப நீ ஆரம்பிக்கலாம்.

ராமா : என்ன?

மாது : சீனு உங்ககிட்ட ஏதோ சொல்ல பிரியப்படறான்.

சீனு : மாது சொல்லித்தான் உங்களை கேக்கறேன்.

மாது : அப்படி இல்லைப்பா, என்னைக் கேட்டான்,

நான் சொன்னேன் எங்கப்பாவை கேளுடா நல்ல ஒழுங்கான அபிப்ராயமா சொல்வார்னேன்.

ராமா : என்னடா சீனு விஷயம்?

சீனு : ஒண்ணுமில்லை சார், நான் ஒரு பொண்ணை லவ் பண்றேன்... என்ன பேசாம இருக்கேள்?

ராமா : இதே வார்த்தையை மாது சொல்லியிருந்தா இந் நேரம் நான் கொடுத்த உதைல முன்வரிசை பல் கீழே விழுந்திருக்கும். மேல சொல்லு.

சீனு : அவ்வளவுதான் சார், நான் வரேண்டா மாது.

மாது : சீனு பாதியில் விடாதே.

சீனு : சார் அந்த பொண்ணு -

ராமா : அதாவது நீ லவ் பண்ற பொண்ணு -

சீனு : ப்ளீஸ், குறுக்க எதுவும் சொல்லாதீங்க, அப்புறம் கோர்வையா வராது.

ராமா : சரி சொல்லு.

சீனு : அந்தப் பொண்ணு வேற ஜாதி சார்.

மாது : முண்டம், வேற மதம்னு அப்ப எங்கிட்ட சொன்ன? இப்ப ஜாதிங்கற?

சீனு : சரி சார், வேற மதம்... என்ன பேசாம இருக் கேள்?

ராமா : இதே வார்த்தையை மாது சொல்லியிருந்தா இப்ப நான் குடுக்கற உதைல முன்வரிசை பல் அத்தனையும் விழுந்திருக்கும்.

மாது : முன் வரிசையில் பல் ஏற்கனவே கொட்டியாச்சு.

ராமா : இப்ப பின் வரிசை பல்லுனு வச்சுக்கோ. சீனு, அந்தப் பொண்ணு என்ன மதம்?

மாது : எல்லாத்தையும் மறந்துட்டு என் கழுத்தை அறு; கிறிஸ்டியன்?

சீனு : அ, கிறிஸ்டியன். பேரு மும்தாஜ்தானே?

ராமா : கிறிஸ்டியன் பேரு மும்தாஜா? முஸ்லீமா?

சீனு : அவ பேரு இல்லை - அவ வீட்டுக்கு பக்கத்து வீட்டுல ஒரு முஸ்லீம் பொண் இருக்கா, அவ பேர்தான் மும்தாஜ்

ராமா : அதை எதுக்கு இப்ப சொல்றே?

சீனு : எனக்கே தெரியலையே ஏன் சொன்னேன்னு? அழிச்சுடுங்கோ.

மாது : அந்த கிறிஸ்டியன் பொண்ணு பேரை சொல்லித் தொலையேன்.

சீனு : ஏன், நீ தான் சொல்லித் தொலையேன்.

மாது : அதுப்பா, சீனு பாவம் அவசரத்திலே உளர்றான்- அவ பேரு ஜூலி.

சீனு : ஆமாம் சார் அந்த ஜூலியை நான் Love பண்றேன். நீங்க இதைப் பற்றி என்ன நினைக்கறீங்க?

ராமா : இந்த வார்த்தையை மட்டும் மாது சொல்லியிருந்தா அவனோட கடவா பல் அத்தனையும் என் கைலே வந்து கொட்டியிருக்கும்.

சீனு : ஏன் சார், லவ் மேரேஜ் தப்புங்கறீங்களா?

ராம : ஊரான் விட்டு பிள்ளையா இருக்கியேன்னு பார்க்க றேன். இதுவே மாதுவா இருந்தா இந்நேரம்...

மாது : நீ ஒண்ணும் பண்ண முடியாது. ஏற்கனவே எனக்கு எல்லா பல்லும் கொட்டி பொக்கை ஆயாச்சு!

ராமா : பல் செட் போட்டு விட்டு உதைப்பேன். மாது சொல்றேன் கேளு, இந்த பைத்தியம் மாதிரி லவ் கிவ்னு அலைஞ்சே, பெல்ட்டை கழட்டிடுவேன் ஜாக்கிரதை (போகிறார்)

குப்பு : மாது, இது எப்படி work out ஆகும்?

மாது : Love பண்ணியாச்சு. தலையெழுத்து, கேட்டுத்தானே ஆகணும்.

குப்பு : இப்ப உன்னையே எடுத்துக்க. நீ ஸ்டெல்லாவை லவ் பண்றதை உங்கப்பாகிட்ட சொல்ல பயப்படற. அதையே எங்கிட்ட சொல்லி help பண்ணணுங்கற.

ஏன்? எப்பவுமே இந்த பேரப் பசங்களுக்கு தாத் தாக்கள் கிட்ட உரிமை ஜாஸ்தி. அதேமாதிரி தாத் தாக்கும் பேரன் கிட்ட பாசம் ஜாஸ்தி.

மாது : என்ன இப்போ?

குப்பு : உங்கப்பனோட கோபம் எல்லாம் கொஞ்ச நாளைக் குத்தான். நாளைக்கே உங்கப்பன் Promotion ஆகி தாத்தா வாயிட்டான்னு வச்சுக்க, எல்லாத்தையும் மறந்துடுவான்.

மாது : எங்கப்பா தாத்தாவாகணுமா? அப்ப நீ?

குப்பு : நான் அப்ப கொள்ளுதாத்தாவாயிடுவேன்.

மாது : எப்படி?

குப்பு : அதுக்கு stella janaki அம்மாவாகணும்.

மாது : ஜானகிக்கு மேக்கப் போட்டு வயசானவளா ஆக்குங் கிறியா?

சீனு : ஏண்டா, இதெல்லாம் கூட தெரியாம எப்படிடா லவ் பண்றே?

மாது : ஜானகி அம்மான்னா, நான் அப்பா. தாத்தா, என்ன சொல்றே நீ, கல்யாணமே ஆகலை, குழந்தை பெத்துக்கச் சொல்றே?

குப்பு : ஆத்திர அவசரத்துக்கு அவ கழுத்துல ஒரு தாலியை கட்டுடா! ஒரு குழந்தையை பெத்துண்டு உங்கப்பன் காலில் வந்து விழு, அப்பா இதான் உன் பேரன்னு சொல்லு. பேரனை பாத்த சந்தோஷத்துல உங்கப்பன் கோவமெல்லாம் பறந்துடும். அப்புறம் நீ தாலி கட்டினவ கிறிஸ்டியனா இருந்தாலும் சரி, ஏன் ஆதிவாசியாவே இருக்கட்டுமே, கண்டுக்க மாட்டான்.

சீனு : சார், இஷ்டத்துக்குப் பேசறீங்க?(ராமானுஜம் வருகிறார். அவரிடம் பேசுகிறான் சீனு) இப்படியே வச்சுப்போம். உங்க பையன் மாதுவே ஒரு கிறிஸ்டி யன் பெண்ணை லவ் பன்றான்! உங்களுக்குத் தெரியாம தாலியும் கட்டிடறான்! உங்க கால்லேயும்

வந்து விழுந்துட்டான், ஆசீர்வாதம் பண்ணுங்கன்னு. அப்ப என்ன பண்ணுவீங்க?

ராமா : (யோசித்து) மன்னிச்சுடுவேன்.

சீனு : இது போதும் சார்.

ராம : ஆனா மன்னிக்கிறதுக்கு முன்னாடி ஆசீர்வாதம் வாங்க கால்ல விழுந்தவங்களை ஆசைதீர மிதிச்சு தரையோட தரையா அமுக்கி மிதிச்சுடுவேன். அதுக்கப்பறம் உயிரோட இருந்தா மன்னிப்பேன்.

காட்சி 3

ஜானகியின் வீடு

(நாய் குரைக்க, மாது அலறியபடி வர, ஜானகி வருதல்)

ஜான : அட மாதுவா? வாங்க, வாங்க.

மாது : நம்ப விஷயத்துக்கு வருவோம். உங்கப்பா வந்துட்டாரா? உங்கப்பா எப்படி? நாம லவ் பண்ற விஷயத்தை சொன்னா வெறும் குலைச்சுட்டு விட்டுடுவாரா, இல்லை கடிச்சுக் குதறுவாரா?

ஜான : நீங்க பேசறதை பாத்தா உங்கப்பா நம்ப கல்யாணத்துக்கு சம்மதிச்சுட்டார் போல இருக்கு?

மாது : எங்கப்பாவா? அவர் கிட்ட நான் சொல்லவேயில்லையே?

ஜான : அப்போ உங்கப்பாவுக்கு தெரியாம என்னை கல்யாணம் பண்ணிக்கப் போறீங்களா?

மாது : நான் தீர்மானம் பண்ணியாச்சு, எங்கப்பான்னு மட்டுமில்லை suppose உங்கப்பாவும் ஒத்துக்கலைன்னா - இவ்வளவு ஏன்? நீயே நம்ப கல்யாணத்துக்கு ஒத்துக்கலைன்னு வச்சுக்க - உனக்கே தெரியாம உன் கழுத்துல தாலி கட்டப் போறேன்.

ஜான : மாது , இது மாதிரி யாருக்கும் தெரியாம கல்யாணம் பண்ணிக்கிறது சட்ட விரோதம் இல்லையா?

மாது : என்னது, சட்ட விரோதம் அது இதுன்னு பெரிய பெரிய வார்த்தையெல்லாம் போட்டு பய முறுத்தறே? நாம என்ன யாருக்கும் தெரியாம சாரா யமா காச்சப் போறோம்? பயப்படாம தைரியமா இரு. உங்க அப்பா எங்கே...

ஜான : மணி ஆறாச்சே - பேக்கரியை 5 1/2 க்கு மூடிடுவார். வர டயம்தான். ஒரு நிமிஷம், மொத மொதல்ல வந்திருக்கீங்க, காபியான தரேன். அப்பதான் என் கிட்ட சுறுசுறுப்பா பேசமுடியும் (போக மாது ஒரு புத்தகத்தை படிக்க, பாதிரியார் சந்தோஷம் வர)

பாதிரி : ஹலோ!

மாது : ஹலோ!

பாதிரி : என் குழந்தை stella எங்கே?

மாது : stella உங்க குழந்தையா? காபி கொண்டு வர போயிருக்கு. ஆமாம், நீங்க...

பாதிரி : பாத்தா தெரியலை? நான்தான் Father.

மாது : Father! அடடா, நான் யாரோ புது ஆளுன்னு நெனைச்சுட்டேன். ஸ்டெல்லா உங்கப்பா வந்துட் டார், ரெண்டு காபியா கலந்துடு. உங்க வீட்டுலேயே உங்களுக்கு உபசாரம் பண்றேன் இல்லை?

பாதிரி : தம்பி...

மாது : என்னது தம்பி கம்பின்னு அசிங்கமா... மாப்பிள் ளைன்னு கூப்பிடுங்கோ.

பாதிரி : தம்பி, நீ நினைக்கிற Father நான் இல்லை தம்பி.

மாது : கிண்டல் தானே வாணாங்கறது? ஸ்டெல்லாக்கு என்ன 1008 Father ஆ இருக்காங்க? ஒண்ணும் பேசாதீங்க-நான் சொல்றதை கேட்டுட்டு ஓகேன்னு சொல்லுங்க-அது போதும். கைல என்ன புக்?

பாதிரி : இது பைபிள்.

மாது : இந்த பைபிள் மேல சத்தியம் வச்சு சொல்றேன் சார். நான் உங்க டாட்டர் ஸ்டெல்லாவை மனசார நேசிக்கிறேன் சார், எப்படியானா எங்க கல் யாணத்தை நடத்தி வைக்கறது உங்க பொறுப்பு. ப்ளீஸ் மாட்டேன்னு மட்டும் சொல்லிடாதீங்க.

பாதிரி : Oh! God!

மாது : Oh! God லாம் பழைய படம், வந்துட்டு போயாச்சு. தமிழ்ல கூட உருவங்கள் மாறலாம்னு எடுத்தாச்சு, ப்ளீஸ் இதெல்லாம் ரொம்ப அவசியமா? விடுங்க, விஷயத்துக்கு வாங்க.

பாதிரி : தம்பி, stella என் டாட்டர் இல்லே.

மாது : தெரிஞ்சுடுத்து சார்... கல்யாணத்துக்கு ஒத்துக்கமாட் டேன்னு நேரியடையா சொல்றதுக்கு பதிலாக stella எம் பொண்ணு இல்லை, stellaவோட father இல்லைன்னு எத்தையோ சொல்லி சமாளிக்கிறீங்க... *(காபியுடன் stella வருதல்)*

ஜான : அடடே fatherஆ? வாங்க father வாங்க.

மாது : போறுமா, பெத்த பொண்ணே உங்களை fatherனு கூப்பிட்டாச்சு. இனிமேயும் நீங்க அப்பா இல்லைன்னு சொல்ல முடியாது.

ஜான : கஷ்டம்! மாது இப்படி வாங்க...

மாது : தெரிஞ்சோ தெரியாமலோ பெத்தாச்சு. ஒத்துக்க மாட்டேன்னா எப்படி?

ஜான : கொஞ்சம் அவசரப்படாம இருக்கீங்களா? அவர் fatherதான் - ஆனா எங்கப்பா ஏசுதாஸ் இவர் இல்லை.

மாது : பின்ன எங்க என் குழந்தை என்று அப்ப கேட்டாரே? ஒரு வேளை உனக்கு ஒண்ணுவிட்ட அப்பாவா? நான் ஒண்ணுவிட்ட தம்பிதான் கேள்விப்பட்டிருக்கேன்.

ஜான : அவர் சர்ச்சுக்கு ஃபாதர்.

மாது : சர்ச் ஃபாதர் - ஓ அந்த father ஆ? கர்மம், எனக்கும்

தோணலை, fatherரும் குழப்பிட்டார்.

பாதிரி : தம்பி, ஆண்டவன் படைப்புல உள்ள அனைவருமே என் குழந்தைகள்தான்.

மாது : அதாவது உங்கப்பாவுக்கும் நீங்கதான் father ஓ, அப்படியா? I am very sorry father.

பாதிரி : பரவாயில்லையப்பா...

மாது : மன்னிச்சுடுங்க.

பாதிரி : திருந்தியவர்களுக்கு நிச்சயம் பாவமன்னிப்பு கிடைக்கும்.

மாது : பாவமன்னிப்பு விடுங்க father- திருந்தலேன்னா கூட கிடைக்கும். பாவமன்னிப்பு, பாசமலர் எல்லாம் பழைய படம், கும்பல் இருக்காது, நீங்கள் என்னை பர்சனலா மன்னிச்சிடுங்க. (பாதர் சிரிக்க)

ஜான : father he is மாது. இவர் கூட டைப்ரைட்டிங் Instituteல் எனக்குப் பழக்கம்.

பாதிரி : கஷ்டப்படாத stella, ஏற்கனவே மாது என்னை உங்கப்பான்னு நெனைச்சு எல்லாத்தையும் சொல்லி யாச்சு. அப்ப நான் புறப்படறேன் stella. வரேன் மாது.

மாது : ரொம்ப சந்தோஷம்.

பாதிரி : அதான் என் பேர்.

மாது : உங்க name ரொம்ப சந்தோஷமா? புது மாதிரியா இருக்கே?

பாதிரி : இல்லை இல்லை. வெறும் சந்தோஷம் - father சந் தோஷம். வரட்டுமா? (ஏசுதாஸ் வருகிறார்)

ஏசு : அடடே father ஆ, வாங்க உக்காருங்க, என்ன விஷயம்?

பாதிரி : உங்க கிட்ட ஒரு விஷயம் சொல்றதுக்காக இவர் ரொம்ப நேரமா வெயிட் பண்றார். மொத்தல்ல அவரை கவனி.

மாது : ஹலோ, glad to meet you sir.

ஏசு : glad to meet you. ஆமாம் நீ...

மாது : சொல்றேன், எம் பேர் மாது.

ஏசு : எதுக்காக என்னை பார்க்க வந்தே? சொல்லுப்பா.

மாது : அது சார் எப்படி ஆரம்பிக்கிறதுன்னு தெரியலை சார்... நானும் உங்க டாட்டர் stellaவும் சேர்ந்து ஒண்ணா Typewriting கத்துக்கறோம்.

ஏசு : உன்னோட ஏன் எம் பொண்ணு சேர்ந்து கத்துக்கணும். அதான் நான் தனியா அவளுக்கு கத்துக்க பணம் கட்டறேனே!

மாது : மறுபடியும் தமாஷ்! ரொம்ப தமாஷ் பேர் வழியா இருக்கீங்க சார்!

ஏசு : அட இவர் ஒண்ணு... விஷயத்தை சொல்லுப்பா. தெரியாம தமாஷ் பண்ணிட்டேன், போதுமா?

மாது : சார், நான் உங்க பொண் ஸ்டெல்லாவை லவ் பண்றேன்.

ஏசு : அடுத்ததா நீ என்ன சொல்லப்போறேங்கறதையும் நான் சொல்றேன். சார் எங்க கல்யாணத்தை நீங்க தான் நடத்தி வைக்கணும், கரெக்டா? என்னப்பா பேசாம இருக்கே? சொல்லித் தொலையேன். வெறும் ஆசீர்வாதம் மட்டும் பண்ணா போதுமா?

மாது : இல்லை சார், இன்னும் ......சார், சார் இந்த கல்யாணம் உங்களுக்கு ஓ.கே. வா?

ஏசு : ஓ.கே. இல்லேன்னா என்ன பண்ணப்போறே? இவளை இழுத்துண்டு ஓடப்போற... நான் முந்திக்கிறது Better இல்லையா?

மாது : Thank you Sir, Thank you. அப்புறம் இன்னொரு விஷயம் சொல்றேன். நான் வேற இனம் - உங்களுக்கு objection இல்லையே?

ஏசு : நீ ஹிந்து, எக்ஸ்பிரஸ், தினத்தந்தி, எதுவா இருந்தாலும் எனக்கு ஒண்ணுமில்லை. எம் பொண்ணுக்கு புடிச்சா எனக்கும் புடிச்ச மாதிரிதான். ஆமாம், நீ என்ன படிச்சிருக்கே?

மாது : பி.ஏ.

ஏசு : அவ்வளவு தானா? எம் பொண்ணும் பி.ஏ.

மாது : But நான் உங்க பொண்ணை விட இன்னும் strongகா பி.ஏ படிச்சேன்.

ஏசு : நான் father கூட சர்ச்சுக்கு போயிட்டு வரலாம்னு பார்க்கிறேன். வேற ஏதாவது கேக்கணுமா?

மாது : கேக்கறேன்னு தப்பா எடுத்துக்கக் கூடாது.

ஏசு : என்ன?

மாது : இந்தக் கல்யாணத்தை கொஞ்சம் ரகசியமா ஊர் பேர் தெரியாம முடிச்சுட்டா எனக்குக் கொஞ்சம் வசதியா இருக்கும்.

ஏசு : ரகசியம்னா?

மாது : ரகசியம்னா, கும்பல சேர்க்காம, காதும் காதும் வச்ச மாதிரி எங்க கல்யாணத்தை கண்கானாத ஒதுக்குப்புறமா ஒரு எடத்துல-

ஏசு : என்னப்பா, ஒரு வார்த்தை கூட சரியில்லையே? ரகசியங்கறே, ஒதுக்குப்புறங்கற, காதும் காதும் வச்ச மாதிரிங்கற, நீ ஒண்ணும் ஜெயிலிலிருந்து தப்பி வந்த கைதி இல்லையே?

மாது : இல்லை சார், எங்க sideல love marriageனா ஒரு மாதிரி பாப்பாங்க. அதுலேயும், பொண்ணு கிறிஸ்டியன்னா கேக்க வேணாம். கிசுகிசு ஜாஸ்தியாயிடும், அதான்...

ஏசு : So, கும்பல் சேக்க வேணாங்கறே?

மாது : ஆமாம் சார், எங்க sideல கும்பல் வராம நான் பாத்துக்கறேன். நீங்களும் உங்க sideல ரொம்ப முக்கியமானவங்களை கூப்பிட்டா போதும்.

ஏசு : எனக்குன்னு ரொம்ப ஆளுங்களும் கிடையாது, என்ன friends ஒரு 4, 5 பேர் இருப்பாங்க.

மாது : அய்ய, friends வேணாம் சார்...

ஏசு : So friends வேணாம், ஆ, என் Brother ஒருத்தன் வேலூர்ல இருக்கான்.

மாது : விடுங்க சார், இதுக்காக உங்க பிரதரை சிரமப்பட்டு அப்படியென ஜாமீனில அழைச்சுகிட்டு வரணுமா?

ஏசு : ஜாமீனா? வேலூர் ஜெயில்ல இல்லைப்பா. வேலூர்ல வேலை பாக்கறான், என் பிரதர்.

மாது : பிரதர் எல்லாம் வேணாம் சார்; இவர் வருவார் இல்லையா?

ஏசு : father சந்தோஷம் இல்லாமையா?

மாது : அப்புறம் என்ன? father ஏ வரார் - அனாவசியமா பிரதர் எல்லாம் எதுக்கு?

ஏசு : close friendsம் வேணாம், கூட பிறந்த பிரதர் வர வேணாம், ஒருத்தரும் வரவேணாங்கிறீயே? அப்பா நான் வரலாமில்லையா என் பொண் மேரேஜுக்கு?

மாது : கிண்டலா கேக்கறீங்களே! ஒண்ணு கேட்டா நான் எவ்வளவு பெரிய தியாகின்னு ஆச்சர்யப்படுவீங்க! simple ஆ இந்தக் கல்யாணத்தை கும்பல் சேர்க் காம முடிக்கணுங்கறதுக்காக, நான் எங்கப்பா கிட்டயே சொல்லிட்டேன் நீ வரவேணாம்பா அனாவசியமா கல்யாணத்துக்கு, அம்மா வந்தா போரும்னுட் டேன்... அவரும் என்னை மாதிரி தியாகியா, சரின்னாட்டார்.

ஏசு : No, no, நான் இதுக்கு ஒத்துக்க மாட்டேன். கல்யாணத்துக்கு யார் வராட்டியும் பரவாயில்லை. பெத்தவங்க வராம இருக்கக்கூடாது. உங்கப்பா அவசியம் வந்தாகணும்.

மாது : அது வந்து...

ஏசு : வந்தாவது போயாவது? உங்கப்பா இல்லேன்னா இந்தக் கல்யாணம் டெபனட்டா நடக்காது. I want your அப்பா, போறுமா?

மாது : அதெல்லாம் வாணாம், உங்களுக்கு அப்பா தானே வேணும்? இந்த வாரத்துல ஒரு நாள் ஒரு அப்பாவை கூட்டிண்டு வரேன், போதுமா?

காட்சி 4

பாலவாக்கம் வீடு

(மாது சீனு இருக்க ..... பெட்டி சகிதம் ராமானுஜம் வருதல்)

ராமா : சீனு, இந்தாப்பா கொத்து சாவி. வீட்டை பத்திரமா பாத்துக்கோப்பா, உன்னை நம்பி ஒப்படைச்சுட்டுப் போறேன்.

சீனு : கவலையே படாதேள்... தைரியமா திருச்சி போயிட்டு வாங்கோ. வீட்டை பத்திரமா பாத்துக்க றது எம் பொறுப்பு, போதுமா?

ராமா : Thanks டா சீனு.

மாது : எனக்கும் Thanks சொல்லுங்க.

ராமா : எதுக்கு?

மாது : மாம்பலத்துலேந்து இங்க பாலவாக்கத்துக்கு சீனுவை ஸ்கூட்டர்ல அழைச்சுண்டு வந்ததுக்கு...

ராமா : ஸ்கூட்டர்ல வந்தேளா?

மாது : வேற எப்படி? நீங்க பாட்டுக்கு தடால்னு போன் பண்ணி சீனுவை இந்த கணம் பொறப்பட்டு வான்னுட்டேள். எப்படி வரது? உள்ளூர் பஸ் பிடிச்சு வரலாம்னா பல்லவன் திருவான்மியூர் சராசரி அங்கேந்து short cut ல உங்க வீட்டுக்கு வரணும்னா கூட கிட்டத்தட்ட 6 மைல் தூரம் தள்ளி முன்னாடி நடக்கணும்.

ராம : பல்லவன் எதுக்கு? Moffusil பஸ் பிடிச்சு வர வேண்டியதுதானே?

மாது : பஸ்ல வந்தா விஜிபி கார்டன் பீச்சுலேந்து பின்னாடி 8 மைல் நடக்கணும். 8 மைல் முன்னே நடக்கறதே கஷ்டம். இது பின்னாடியே ரிவர்ஸ் நடக்கறது என்ன விளையாட்டா?

ராமா : எனக்கு தெரிஞ்சு இந்த ஏரியாவுல எனக்கு அப்புறமும் கட்டிடம்னு யாராவது கட்டியிருக்கான்னா அது பக்கத்துல உள்ள பாங்க்தான் - அந்த ஜன்னல் வழியா பாரு, தெரியறதே, அதான்.

சீனு : செய்யிங்க சார், எப்ப திரும்பி வருவேள்?

ராமா : இன்னிக்கு என்ன 10ந் தேதியா? 14, 15, 16 office leave.

மாது : ஏன்?

ராமா : 14th Friday good Friday. 15th Saturday, 16th Sunday. 10th 11th 12th 13th நான் லீவு போட்டுட்டேன்.

சீனு : 16ம் தேதி சென்னை வந்துடுவேள்.

ராமா : ஆமாம்.

மாது : அப்ப 17th தான் பாலவாக்கம் வருவேள்?

ராமா : குறும்பு வரவர; வரேன், பத்திரம். (EXIT)

சீனு : பாவம் நல்ல மனுஷன், ஆனா பயந்தாங்கொள்ளி.

மாது : ஏன் இந்த மாதிரி அத்துவானத்துல வீடு கட்டணும்? இப்ப பயந்து பயந்து சாகணும்?

சீனு : ஆமாம், coming to the point... என்னாச்சு Stella ஜானகி சமாசாரம்?

மாது : ம்... ஒரு மாதிரி அவளோட அப்பன் கல்யாணத் துக்கு ஒத்துக்கிட்டான். Stella அப்பன் கறாரா சொல் லிட்டான் கல்யாணத்துக்கு எங்கப்பன் வரணு மாம்; அப்பதான் கல்யாணம். பத்தா குறைக்கு இந்த வாரத்துல ஒரு நாள் எங்கப்பாவை நான் அழைச்சுண்டு வரணுமாம் கல்யாணத்தை பத்தி பேச. நானும் சரின்னுட்டேன்.

சீனு : என்ன தைரியத்துல ஒத்துண்ட?

மாது : எல்லாம் நீ இருக்கிற தைரியந்தான் சீனு கண்ணு. அப்பாவா நடிடா!

சீனு : நான் அப்பாவா? போடா போடா... பேத்தலா இருக்கும்; நம்பமாட்டாங்க - ஏதோ அண்ணா, தம்பின்னா பரவாயில்லை, நடிச்சுடலாம்.

மாது : சீனு, அப்ப நீ அண்ணாவா நடி.

சீனு : அப்பாதானே அவர் வேணுங்கறார்?

மாது : மனசுல நீ அண்ணாவா நினைச்சுண்டு நடி; நான் அவர்கிட்ட அப்பான்னு உன்னை சொல்லி சமாளிச்சுடறேன்.

சீனு : நான் மாட்டேம்பா, அப்பாவாம்... அதுவும் உங்கப் பாவா - விஷயம் தெரிஞ்சுது பல்லை வளரவிடாம உடைச்சுண்டே இருப்பார். சரி, இப்ப அதைவிட வேற யாரானா நம்ப Friendsல வயசானவாளா இருந்தா கேட்டுப் பாப்போம்.

மாது : நம்ப நண்பர்கள்ளே கொஞ்சம் வயசான்னவன்னா நீதாண்டா... ப்ளீஸ்...

சீனு : யாரையோ அப்பாவா அழைச்சுண்டு போய் கல்யாணம் பேசி முடிச்சுடற சரி, கல்யாணம் எங்கே, பேசாம திருப்பதியில் வச்சுக்கலாமா?

மாது : திருப்பதியா? வேணாம் அங்க எவனாவது எங்கப்பனுக்கு தெரிஞ்சவன் மொட்டை அடிக்க வந்திருப்பான். என்னை பாத்துட்டு தந்தி அடிச் சுடுவான் எங்க அப்பனுக்கு. யாரும் வராத - வர முடியாத - எடமா இருக்கணும்; கிட்டத்தட்ட பாலவாக்கம் மாதிரி...

சீனு : பாலவாக்கம் மாதிரின்னா-?

மாது : என் கல்யாணம் நடக்கப்போறது பாலவாக்கத்துல.

சீனு : அங்க சத்திரம் உண்டா?

மாது : அதான் இந்த வீடு சத்திரம் மாதிரி திறந்து கிடக்கே.

சீனு : இங்கயா?

மாது : அவர் வரப்போறது solid ஆ இன்னும் ஆறு நாள் இருக்கு. அதுக்குள்ள கல்யாணத்தை முடிச்சுட்டு நான் Honeymoon கூட போயிட்டு வரலாம்; என்ன யோசிக்கறே?

சீனு : அது....வந்து....

மாது : ஒண்ணும் யோசிக்காதே, வா போகலாம். போற வழில fullplanஐயும் சொல்றேன்.

குரல் : டாய், நில்லுங்கடா... ஒரு அடி எடுத்து வச்சீங்க, அப்புறம் உங்க உடம்புல பாயும் என் தோட்டா, உங்க உயிருக்கு நீங்க சொல்லணும் டாட்டா.

மாது : யாரது? சீனு யார்டா.....

(முத்து, மருது வெளியே வருகிறார்கள்! இருவர் கையிலும் துப்பாக்கி, மற்றொரு கையில் கத்தி)

முத்து : Hands up (துப்பாக்கியை தலைகீழாகப் பிடித்த வண்ணம்)

(மாது, சீனு ஒரு கையைத் தூக்கியபடி இருக்க)

மருது : Two Hands up -

மாது : two two hands னா சீனு ரெண்டு கையையும் தூக் கேண்டா...

(இருவரும் சிரித்துக் கொண்டே நெருங்க)

காட்சி 5

பாலவாக்கம் வீடு

(கையைத் தூக்கியபடி மாது, சீனு நிற்க எதிரே மருது, (முத்து)

மாது : ஹலோ! நீங்கள்ளாம் திருடர்களா?

மருது : என்ன கேட்டே?

சீனு : நீங்க ரெண்டு பேரும் திருடங்களான்னேன்?

மருது : எங்க மறுபடி சொல்லு...

சீனு : பாவம், சார் திருட்டு செவிடன் போலிருக்கு-காது கேக்கலை... (உரக்க) நீங்கள் திருடர்களா?

(மருது பயங்கரமாக சிரிக்க)

முத்து : டேய், இப்ப எதுக்குடா அப்படி சிரிச்சே?

மருது : பின்ன என்ன தலைவரே அநியாயமா இருக்கு? பாத்தவுடன் பயங்கரமான திருடன்னு எதிரியாள் நம்பறதுக்காக பிளேடால நானே முகத்துல கஷ்டப்பட்டு கீறிக்கொண்டு வெட்டுகாயம் ஏற்படுத்தி வச்சிருக்கேன். அட, அப்படியும் நம்பலேன்னா என்ன பண்றது? பரவாயில்லைன்னு நெய், வெண்ணை, பால், தயிரெலாம் தடவி அடத்தியா மீசை வெச்சிருக்கேன்... பத்தாத குறைக்கு கைல துப்பாக்கி, கத்தி வேற... இதுக்கு மேல வேற என்னதான் நான் பண்ணு வேன்? இவன் நம்பளை பாத்து சர்வ சாதாரணமா திருடன்களான்னு கேட்டுட்டானே? அதான் சினிமாவில் வரும் திருடன்களெல்லாம் வில்லன் மாதிரி சிரிப்பாங்களே, அதுமாதிரி சிரிச்சுக் காண்பிச்சேன். இப்பவாவது புரிஞ்சுதா நாங்க திருடன்ங்கன்னு?

சீனு : புரிஞ்சுது, புரிஞ்சுது. சிரிப்புத் திருடன் சிங்கார வேலு நீதானா? So அப்ப நீங்கல்லாம் திருடங்க -பணத்தை திருட வந்திருக்கீங்க?

மருது : பணத்தை மட்டும் இல்லை தங்க வைர நகைகளையும் திருடுவோம்...

மாது : தங்க வைர நகைகளை பொம்பளைங்கதான் போட்டுப்பாங்க; நாங்க போட்டுக்கற வழக்கம் இல்லை.

(மருது சிரிக்கிறான்)

மாது : மறுபடி சிரிக்கறண்டா எழவு ... நாங்கதான் நீங்க திருடங்கன்னு நம்ப போறோம்னு சொல்லியாச்சு. எங்கிட்ட இருக்கிறது 4 ரூபாய் சில்லறை.. அதை கொள்ளை அடிக்க நீ சிரிச்செல்லாம் பயமுறுத்த வேண்டாம்... சும்மா கெஞ்சி கேட்டாலே தந்துடு வோம். சீனு கையை எறக்குடா... அதான் பணம் தரோம்னு ஒத்துண்டாச்சே?

மருது : இப்ப கையை எறக்கினீங்க, சுட்டுப் பொசுக்கிடு வோம் பொசுக்கி.

மாது : சுட்டுப் பொசுக்கிடுவியா? முண்டம், இப்படி தலைகீழா துப்பாக்கியை வச்சு சுட்டயானா நீ பொசுங்கிடுவே (சிரித்து) அதுவும் பாரேன், தொப்பைக்கு நேரா துப்பாக்கி. ஒழுங்கா புடி. துப்பாக்கியால தொப்பைல ஓட்டை விழுந்தா அப்புறம் எதை வாயால சாப்பிட்டாலும் உடனே வயத்தால வெளில வந்துடும். சதா பசிச்சுண்டே இருக்கும், ஒழுங்கா புடி. எனக்கு அப்பவே தெரியும் நீ சரியில்லைன்னு. போனா போறது துப்பாக்கிக்கு மரியாதை கொடுப்போமேன்னு பயப்படற மாதிரி கையைத் தூக்கினேன்.

முத்து : டேய் மடையனே, ஒழுங்கா நேரா புடிடா துப் பாக்கியை - வவுத்துல சுட்டுக்கப் போறே.

சீனு : என்ன தலைவரே, இந்தாள் தொழிலுக்கு புதுசா?

முத்து : ஆமாங்க, Partner ஆ சேத்துண்டு நான் படற அவஸ்தை கொஞ்ச நஞ்சமில்லை.

சீனு : அலுத்துக்காதப்பா, நான் Adjust பண்ணிக்கிறேன்.

முத்து : மறுபடி பாரேன் மூதேவி, ஒழுங்கா புடிடா துப்பாக்கியை.

மாது : பிடிச்சுக்கோ (பாத்து) குறிவேற தப்பு. இப்படி சுட்டா சீனு தோள்ளதான் குண்டுபாயும், தப்பி விடுவான் கரெக்டா மார்புல சுடணும்... சீனு கொஞ்சம் Centre ஆ தள்ளி வாடா, அப்பதான் சிரிச்சுண்டே சாவாய்.

சீனு : மாது வேண்டாண்டா, சாகறதுக்கு அவனுக்கு நீயே சொல்லித் தறியே?

மாது : ஏண்டா பயப்படறே? சார் கைல பீரங்கியே இருந்தாகூட நாம கவலைப்பட வேண்டாம்.

மருது : (பின்னால் நகர்ந்து) Hands up...

மாது : இது ஒண்ணு ஒழுங்கா கத்து வச்சுண்டிருக்கான். இந்த தொழிலுக்கு வரதுக்கு முன்னாடி ஸ்கூல்ல ட்ரில் மாஸ்டரா இருந்தியோ?

சீனு : நல்லா வேணும், நீ ஏன் அவனுக்கு துப்பாக்கியை

சரியா வச்சுக்க சொல்லி குடுத்தே? அப்படியே விட்டிருந்தா அவனே வயத்தல சுட்டுண்டு செத்திருப்பான் இல்லை?

மருது : நான் தொழிலுக்கு புதுசுதான், ஆனா முட்டா ளில்லை. எங்க மறந்து போய் துப்பாக்கியை புடிச்சு என்னை நானே சுட்டுப்பேனோன்னு பயந்துதான் புத்திசாலித் தனமா இதுல தோட்டாவே போடலை. வெறும் வெத்து துப்பாக்கிதான் - இருந்தாலும் சொல்றேன்.

மாது : சீ, வெத்து துப்பாக்கி... Hands up இருந்தாலும் சொல் றேன்.

மருது : தலைவரே? இப்ப என்ன பண்றது?

முத்து : வெத்து துப்பாக்கின்னு சொன்ன மடையா, நீ திருட கத்துக்கறதுக்குள்ள நான் திருந்தி நல்லவனா ஆயிடுவேன் போலிருக்கு Hands up (வேறு)

மாது : உங்க திட்டம் என்ன சொல்லுங்க?

முத்து : திட்டத்தை சொல்றதுக்கு முன்னாடி எங்களை நாங்க அறிமுகப்படுத்துறோம் - எம்பேர்...

மாது : இரு நானே சொல்றேன்... திருடனை வேணா கண்டுபிடிக்கறது கஷ்டமாக இருக்கலாம், திருடங்க பேரை கண்டுபிடிக்கறது மகாசுலபம். ஜாம்பஜார் ஜக்கு, கொலைகாரன் பேட்டை கபாலி, பிளேடு பக்கிரி எந்த திருடனை வேணா பாருங்க இந்த மூணுத்துல ஒரு பேர்தான் இருக்கும், கரெக்டா?

முத்து : தப்பு, என் பேர் முத்து.

மருது : என் பேரை கண்டு பிடியுங்க பாக்கலாம். எவ்வளவுதான் யோசிச்சாலும் இந்த (மார்தட்டி) மருதுவோட பேரை ஒருவராலும் கண்டுபிடிக்க முடியாது.

மாது : உம் பேர் மருதுவா-?

மருது : எப்படி டக்குனு சொல்லிட்டீங்க?

மாது : தலைவரே, இவன் பேரை எருதுன்னு மாத்திடுங்க; அறிவுல ஆடு, மாடைவிட மோசமா இருக்கான்.

முத்து : இவன் என் மாமனோட மவன். என் மாமன் பெரிய பிக்பாக்கெட் மன்னனுங்க. ஜேப்படி ஜெபமணின்னு பேரு - ஆயிரம் மணிபர்ஸ் அடிச்சு அபூர்வ ஜெபமணின்னு பட்டம் வாங்கினவரு. அவ்வளவு பெரிய பிக்பாக்கெட் மன்னனுக்கு பிள்ளையா பொறந்துட்டு, சாவுகிராக்கிக்கு சுத்தமா தொழிலே வரலை.

மருது : நான் பிக்பாக்கெட் அடிக்கப் போனா ஒண்ணு அந்த ஆணுக்கு பாண்டில் பாக்கெட்டே இருக்காது, அப்படியே பாக்கெட் இருந்தா உள்ள பர்ஸ் இருக்காது, பர்ஸ் இருந்தா அதுல பணம் இருக்காது.

சீனு : பாக்கெட் இருந்து உள்ள பணத்தோட பர்சும் இருந்தா...

முத்து : இவன் யார் கிட்ட பிக்பாக்கெட் அடிக்கப் போறானோ அந்தாள் மப்டியில் வந்த போலீஸ்காரனா இருப்பான் - மாட்டிப்பான்...

மாது : உங்க திட்டம் என்ன...?

முத்து : திட்டத்தை சொல்றதுக்கு முன்னாடி இந்த திட்டத்தை எங்களுக்கு சொல்லி கொடுத்த என் பாஸை உங்களுக்கு அறிமுகப்படுத்துகிறேன். மருது, பாஸ் என்ன பண்றார்?

மருது : தூங்கிண்டிருக்கார்.

முத்து : தூங்கிண்டிருக்காரா? அமிர்தாஞ்சனம் தடவிக் கொண்டு, நாம கொள்ளை அடிக்கற திட்ட சம்பந்தமா plan பண்ணி idea எல்லாம் யோசிக்கப் போறேன்னாரே எங்கிட்ட.

சீனு : அமிர்தாஞ்சனமா?

மருது : எங்க பாஸ்க்கு ஒரு கெட்ட பழக்கம். அமிர் தாஞ்சனத்தை கொடுத்து கொஞ்சம் நெத்தில தடவிகினாதான் அவருக்கு மூளையே சுறுசுறுப்பா வேலை செய்யும். கொள்ளையடிக்க விதவிதமான வழிகளெல்லாம் டக்டக்னு அப்பதான் அவருக்குத் தோணும்.

முத்து : முட்டாள், உங்கிட்ட எவ்வளவு தடவை சொல்லி யிருக்கேன் அமிர்தாஞ்சனம் stock நிறைய பண்ணி வச்சுக்கோடான்னு...

மருது : இப்ப அவர் எழுந்தா கேப்பாரே என்ன செய்யறது? இந்தாங்க (தருகிறான்)

முத்து : ஏதுடா அமிர்தாஞ்சனம்?

மருது : தலைவரே, இந்த மருதுவுக்கு திருடவே தெரியாது. தொழிலுக்கு புதுசுன்னு கிண்டல் பண்ணீங்களே? கேளுங்க, திருவான்மியூர் போனேன்... அங்க ஒரு மருந்து கடை இருந்துச்சு. அமிர்தாஞ்சனம் பாட்டில் எவ்வளவுன்னேன். பாட்டில எடுத்து மேஜைமேல வச்சு 4 ரூபான்னான். 10 ரூபா நோட்டை குடுத் தேன். நோட்டோட பில் போட உள்ள போனான் நைஸா பாட்டிலோட நழுவிட்டேன், எப்படி?

மாது : மருது, நீ நெஜமாவே முட்டாளா? இல்லை முட்டாளாட்டம் நடிக்கறியா?

குரல் : அடேய்... ஓ சாம்பார்...

மருது : பாஸ் எழுந்தாச்சு, பாஸ் எழுந்தாச்சு.

மாது : எப்படி சொல்ற?

மருது : அடேய் ஓ சாம்பார்னு குரல் கொடுத்தாரே கேக்கலை?

மருது : பாஸ் வரார், பாஸ் வரார்.

சீனு : மருது, இவரா சம்பல் கொள்ளைக் கூட்டத்தலைவர்?

மருது : ஆமாம்.

மாது : நல்லா பாத்து சொல்லு, இவரா கொள்ளைக் கூட்டத் தலைவர்?

மருது : ஏன்?

சீனு : பார்த்தா குள்ளக் கூட்டத் தலைவர் மாதிரி இருக்கார்.

கோபி : (கோபமாக) அடேய் ஓ சாம்பார்...

மாது : இட்லி வடை சாம்பார்... என்னடா சீனு, இவன் சம்பல் கொள்ளைக்காரன்னா நீ நம்பறே?

கையில வச்சிருக்கிற துப்பாக்கியே இவரை விட ஓசரமா இருக்கு.

மருது : வாணாம் - பாஸை கேலி பண்ணாத...

சீனு : போடா... பாரேன் அவனை, ஸ்கூல்ல மாறுவேட போட்டிக்கு குழந்தைக்கு திருடன் மேக்கப்போட்டு விட்டாமாதிரி.

முத்து : விளையாடாதீங்க, பாஸ் இப்பதான் துப்பாக்கியை ரொப்பியிருக்கார் தோட்டவால...

சீனு : தோட்டாவா? ஆளே சோட்டாவா இருக்கான் பாக்க...

மாது : (கோபியிடம்) இவ்வளவு சின்ன வயதுலேயே திருடினா நாளைக்கு பெரியவனா ஆனா நீ உருப்படுவியா?

கோபி : (எழுந்து) ஜெய் கப்பர் சிங் (வானத்தைப் பார்த்துச் சுட, சத்தம், ரெண்டு மாங்காய் விழுகிறது)

முத்து : பாஸ் ஒரே தோட்ட ால ரெண்டு மாங்காய்.

மாது : (பயந்து) இது... அது... வந்து... சாரி பாஸ்.

சீனு : சாரி, மன்னிச்சுடுங்க.

கோபி : ஹம் கிஸிஸே தும் நஹி?

மாது : என்னங்கறார்?

மருது : இந்த ரெண்டு பொடி பசங்களும் யாருன்னு கேக்கறார்.

மாது : ஹிந்தியா?

மருது : எங்க பாசுக்கு 18 பாஷையும் தெரியும்.

கோபி : மருது, ஹம் கிஸிஸே தும் நஹி.

மாது : இது பாஸ் தும் கிஸிஸே மாது யனே வாளை தம் கிஸிஸே சீனு...

கோபி : சீனு...

மாது : ஹம் friend தும்கிஸிஸே சொல்லித் தொலையேண்டா அவனுக்கு புரியும் படியா, மறுபடியும் துப்பாக்கி யால மாங்க பறிச்சு வக்க போறான்.

முத்து : மாது, நீங்க தமிழிலேயே பேசலாம் பாசுக்கு தெரிஞ்ச 18 மொழில ரெண்டு தமிழ்.

சீனு : ரெண்டு தமிழா?

முத்து : ஆமாம், ஒண்ணு செந்தமிழ், இன்னொண்ணு மெட்றாஸ் பாஷை - ரெண்டும் தெரியும். ஆனா இந்தி வெறியர். பாஸ், நல்லவங்க மன்னிச்சுடுங்க.

கோபி : ம் sholay sholay...

முத்து : பரவாயில்லை, போன்னுட்டார். நாங்க 3 பேரும் சேந்து அதோ தெரியுது பாருங்க ஒரு bank அதை கொள்ளை அடிக்கப்போறோம்.

சீனு : என்னய்யா சர்வசாதாரணமா என்னவோ வெள்ளை அடிக்கப் போறேங்கற மாதிரி தடால்னு கொள்ளை அடிக்கப்போறேங்கறே?

முத்து : அதுக்குத்தான் நாங்க இங்க வந்திருக்கோம். இன்னும் 6 நாள் இங்க தங்கப்போறோம். 16ம் தேதி ஞாயித்துக்கிழமை எங்க திட்டப்படி இந் நேரம் எங்க கைல அத்தனை பணமும் இருக்கப் போவுது...

மாது : 16ம் தேதியா?

மருது : 14th, 15th, 16th - வெள்ளி, சனி, ஞாயிறு Bank leave -எங்க அதிர்ஷ்டம் பாருங்க, எங்களுக்கென்னு வசதியா இந்த வாட்டி good friday வெள்ளிக்கிழமை அன்னிக்கு வரது.

சீனு : 16ம் தேதி கொள்ளை அடிக்க எதுக்கு 6 நாள் இங்க தங்கப் போறீங்க?

மருது : நாங்க அசட்டுத்தனமா நேர bankலேந்து கொள்ளை அடிச்சு மாட்டிக்க விரும்பலை. எங்க பாஸ் ஒரு first class திட்டம் தீட்டி இருக்கார்.

மாது : என்ன?

மருது : இந்த வீட்டுல இருந்துண்டு மொத்தல்ல 2 நாள் பேங்க்கோட நடவடிக்கைகளை கண்காணிப்போம் - யார் வராங்க, எப்பப் போறாங்க, எவ்வளவு வாட்ச்மேன், கூர்க்கான்னு...

சீனு : அப்புறம்...

மருது : பாதுகாப்பு பெட்டகம் இருக்கற எடத்துக்கு இங்கே இருந்து ஒரு சுரங்கம் தோண்டப் போறோம்.

சீனு : சுரங்கமா?

மருது : மாது, நீ கூட ஒரு பொண்ணை லவ் பண்ற போலிருக்கு?

மாது : எப்படி தெரியும்?

மருது : நீங்க ரெண்டு பேரும் பேசிக்கிட்டிருந்ததை ஒட்டு கேட்டோம்.

மாது : யோவ், நீ பாட்டுக்கு இந்த வீட்ல தங்கப் போறேங்கறே? எனக்கு வீடு வேணும்யா - என் கல்யாணத்தை ரகசியமா இங்க நடத்தறதா இருக்கேன்.

முத்து : தாராளமா நடத்திக்கோ; நாங்க தடுக்கலை... நாங்க அப்படி ஓரமா சுரங்கம் தோண்டிக்கிறோம்... நீ கல்யாணத்தை இப்படி ஓரமா வச்சுக்க...

மாது : திருட்டு, திருமணம் ரெண்டும் ஒரே எடத்துலேயா?

மருது : உன் திருமணமே திருட்டுத் திருமணந்தானே?

மாது : அதை மறந்துட்டேனே! எங்கப்பாவா யாரானா அழைச்சுக்கிட்டு போகணும்... இப்படி பண்ணுனா என்ன? உங்கள்ள யாரான எங்கப்பாவா வாங்களேன்?

மருது : நாங்களா? சேச்சே, அதெல்லாம் வம்பு, ஒத்தரை மாதிரி நடிச்சு மாட்டிகிட்டா உள்ள தள்ளிடுவான் - பெரிய குத்தம் அது.

சீனு : இப்ப நீ சுரங்கம் தோண்டப் போறது மட்டும் என்ன சமூக சேவையா செய்யப்போறே?

மருது : பாஸை வேணா கேட்டுப்பாருங்க; வந்தா அழைச்சு கிட்டு போங்க.

மாது : பாஸ் எனக்கு அப்பாவா?

மருது : ஒரு நல்ல வேட்டி ஜிப்பா அங்கவஸ்திரம் நீ தா, நான் பாஸை அப்பாவாக்கி காட்டறேன்.

மாது : நடு நடுவ Hindi வேற?

கோபி : மாது, கவலைப்படாத நாளைக்கு நான் உனக்கு அப்பாவா வந்து வெளுத்து கட்டிடறேன் போறுமா? முத்து... மருது...

முத்து : என்ன பாஸ்?

கோபி : ஆகவே லக்குஜா (போகிறார்)

மருது : சரி, பாஸ் உள்ளே போறேங்கறார்.

முத்து : நாளைக்கு நீங்க வந்து பாஸ்ஸை பிக்கப் பண்ணி கிட்டு போயிடறீங்க? அப்ப பாக்கலாம். எங்களுக்கு வேலை இருக்கு - நாங்க சுரங்கம் தோண்டணும்.

மாது : முத்து, அப்பவே கேக்கணும்னு இருந்தேன். சுரங்கம் தோண்டப் போறேங்கறீங்க - கடப்பாரையால தோண்டறச்சே பயங்கரமா சத்தம் வருமே - அதுக்கு என்ன பண்ணப்போறீங்க?

மருது : நாங்க இதெல்லாம் யோசிக்காமலா திட்டம் போட் டோம்? சத்தம் வந்தா வந்துட்டு போகட்டுமே - தோ பாருங்க - நாங்க இந்த பஞ்சை காதுல அடைச்சுக்குவோம்.

காட்சி 6

ஜானகியின் வீடு

ஜான : வாங்க மாது, வாங்க, உங்கம்மா தாத்தாவும் வரலை?

மாது : (வந்து) வாயேம்மா, வா (மைதிலி வருதல்)

ஜான : வாங்கம்மா... என்ன மாது, உங்கம்மா ஏன் தயங்கித் தயங்கி வராங்க? உங்க தாத்தா வரலியா?

மாது : வந்தாச்சே... எங்கேம்மா தாத்தா? உன்னை ஒரு தரம் கூப்பிடணுமா? தாத்தா வாயேன்... நிச்சயதார்த்தம் நடக்கப்போறது எனக்கு; நீ ஏன் அனாவசியமா வெக்கப்படறே? (அட்டகாசமான உடையில் தாத்தா

வர) ஜானகி, தாத்தாவை கவனிச்சியா, கலர் ஷர்ட், எப்படி அமக்களமா இல்லை?

ஜான : பிரமாதம் சார்; நான் ஓவரா புகழறேன்னு தப்பா நினைக்கக்கூடாது. இந்த ஷர்ட்ல உங்களை பாக்க கமல் மாதிரி இருக்கு. ஏது ஷர்ட்?

குப்பு : விமல்ல வாங்கினேன் ஜானகி, இந்த ஷர்ட்டுல பாக்கறச்சே எனக்கு எவ்வளவு வயசு சொல்லுவே?

ஜான : குடுமியை எடுத்துட்டு ஒரு stepcut பண்ணிட்டா உங்களுக்கும் மாதுவுக்கும் வித்தியாசமே தெரியாது, போதுமா?

குப்பு : stepcut கிராப் வச்சுக்க சொல்றியா? குடுமியை எடுக்க மனசு வராதேம்மா?

ஜான : ஆமாம், சென்ட் வாசனை வருதே? மாது, நீங்க சென்ட் போட்டுகிட்டிருக்கீங்களா?

குப்பு : ஜானகி, (மாரைத் தட்டி) சென்ட் நான்தான் போட்டுண்டிருக்கேன்.

மாது : நான் கேக்கணும்னு இருந்தேன் - என்ன சென்ட் தாத்தா? பயங்கர நெடி அடிக்கிறது.

குப்பு : அரகஜா.

மாது : நல்லவேளை முழுகஜா வாங்காமல் இருந்தியே - நாங்க மயக்கம் போட்டிருப்போம்.

மாது : அது சரி, உங்கப்பா எங்கே போயிட்டார்?

ஜான : எங்கப்பா fatherஐ அழைச்சுண்டு வர போயிருக்கார்.

குப்பு : ஜானகி, சொல்லவேயில்லையே மாதுக்கு நான் தாத்தா மாதிரி உனக்கும் ஒரு தாத்தா இருக்காரா?

ஜான : என்ன சொல்றீங்க?

குப்பு : உங்கப்பாவோட அப்பான்னா உனக்கு grand father தானே? தாத்தா -

மாது : இது அந்த father இல்லை, சர்ச் father. ஜானகி, இந்த குழப்பம் தாலி கட்டறவரை இருக்கும் போல இருக்கு.

ஜான : நீங்க வாங்கம்மா -

மாது : (கையை குத்தி) என்னது பாஸ்ஸ இன்னும் காணும்?

குப்பு : திருடனா? யார் பாஸா?

மாது : தாத்தா, இப்ப என்னை எதுவும் கேக்காதே. நிச்சயதார்த்தம் முடிஞ்சு நல்லபடியா எனக்கும் ஜானகிக்கும் 16ந் தேதிக்குள்ள பாலவாக்கம் வீட்டுல கல்யாணம் நடந்து முடியட்டும் - அப்புறம் விவரமா எல்லாம் சொல்றேன்.

கோபி : நான் உள்ள வரலாமா?

குப்பு : இவன் ஒருத்தன்... வந்தாச்சு இல்லை, அப்புறம் என்ன உள்ள வரலாமா? எங்கடா பிடிச்ச மாது இவனை? பாதி நேரம் அசரீரி மாதிரி குரல் தான் கேக்குது; ஆனா ஆளு கண்ணுக்கு தெரிய மாட்டேங்கறான்.

மாது : எங்க காணாம போயிட்டீங்க திடீர்னு பாஸ்?

கோபி : அமிர்தாஞ்சனம் தீர்ந்து போச்சு, வாங்கியாரப் போனேன்.

மாது : வீட்டுலேந்து கிளம்பரச்சே புதுபாட்டில் வாங்கி தந்தேனே, அத்தனையும் அதுக்குள்ள காலியா?

கோபி : நீ வாங்கி தந்தது ரொம்ப சின்ன சைஸ் பாட்டில் மாது...

மாது : உன் சைசுக்கு மேட்சா இருக்கட்டுமேன்னு சின்ன சைஸ் பாட்டில் வாங்கினேன்.

குப்பு : முண்டம்... அமிர்தாஞ்சனம் வெளில தடவிக்க... உள்ளுக்கெல்லாம் சாப்பிடக் கூடாது. மாது ஒரு வேளை அமிர்தாஞ்சனம் வெறி ஜாஸ்தியாகி உருட்டி உருட்டி வாயில போட்டுண்டுடுத்தோ என்னவோ?

கோபி : மாது, உங்க தாத்தாவை நான் எச்சரிக்கை பண்றேன் - அரேய் ஏ சாம்பார்!

குப்பு : அதான் என்னடா வந்து 5 நிமிஷம் ஆச்சு சொல்லலியேன்னு பாத்தேன்? அது என்ன அரேய் ஓ சாம்பார், அரேய் ரசம், பிரும்மஹத்தி, சொல்றது தான் சொல்ற - ஹரே ராமா ஹரே கிருஷ்ணான்னு சொன்னா போற வழிக்கான புண்ணியம் கிடைக்குமில்லையா?

கோபி : யாதோன் கீ பாராத்; கல் ஆஜ் அவுர் கல்...

குப்பு : அப்படின்ன?

மாது : ஏதான பேசினா அப்புறம் உன்னை கல்லால நாயை அடிக்கறமாதிரி அடிப்பேங்கறார்; கரெக்டா பாஸ்?

குப்பு : ராஸ்கல், என்னை கல்லால் அடிக்கப்போற பல்லைத் தட்டி கைல குடுத்துடுவேன், ஜாக்கிரதை-

கோபி : தில் தியானா...

மாது : தில் இருந்தா பல்லைத் தட்டு பாப்போங்கறார் (அப்பொழுது கூ... கூ... கூ சப்தம் கேட்க)

சீனு : மாது என்னோட Distant relative ராமாமிர்தம் பாலவாக்கம் வீட்டுக்கு வந்துட்டாராம்... என்ன பண்றதுன்னு மருது கேக்கறான். பேசாம அவரை கட்டி போட சொல்லிடட்டுமா? மனசை கல்லாக்கிக்கோ - distant relative தானே; தப்பில்லை!

சாஸ் : ஆமாம் பாலவாக்கம் ராமாமிர்தம்தானே?

சீனு : உமக்குத் தெரியுமா?

சாஸ் : நன்னா கேட்டேள் போங்கோ. வருஷா வருஷம் அவரோட அப்பா அம்மா தெவசத்துக்கு நான் தானே போவேன்?

சீனு : நிச்சயதார்த்தத்துக்கு வந்துட்டு ஏன் தெவசம் கருமாதின்னு அபசகுனமா பேசறீர்? வாயை மூடிண்டு பேசாம இரும்.

சாஸ் : ஏம்பா சீனு, என்னை எல்லார்க்கும் introduce பண்ணிவைப்பா - பேசாம நிக்கறியே?

சீனு : நீர் என்ன பெரிய லால் பகதூர் சாஸ்திரியா, introduce

பண்ணிவைக்க? மாது, இவர்தாண்டா அப்பண்ணா சாஸ்திரிகள்.

மாது : சாஸ்திரிகளே, இதான் என் தாத்தா - குப்புசாமி அய்யங்கார்னு பேரு -

சாஸ் : நமஸ்காரம். நான் சாதாரணமா தெவசம் சாவு பத்து சவுண்டின்னு கருமாதி காரியங்கள்தான் போறது. நடுநடுவ இது மாதிரி நிச்சயதார்த்தம் சீமந்தமுனு பண்றது. சீனு தெரிஞ்ச பையன் கூப்பிட்டான் - வந்துட்டேன் - தட்ட முடியலை?

குப்பு : நல்ல மங்களகரமான சாஸ்திரிகளைத்தான் அழைத்துண்டு வந்திருக்க? எங்க இருக்கேள்?

சாஸ் : கிருஷ்ணாம்பேட்டை சுடுகாட்டுக்கு எதிர்த்த சந்துல...

குப்பு : பேஷ்!

சாஸ் : இந்த நிச்சயதார்த்தம் ஒரு அனாவசிய function சார் - எழவெடுத்தாமாதிரி இழுத்துண்டே போகும்- ஆமாம், இது யாரு?

மாது : எங்கப்பா-

சாஸ் : உங்கப்பாவா? ஒரு வேளை உனக்கப்புறம் இவர் பொறந்தாரோ?

மாது : ஏன்?

சாஸ் : வளரவேயில்லையே? டெய்லி கார்த்தாலேயும் சாயங்காலமும் தண்ணி ஊத்தி பாக்கறதுதானே? ஓரளவு வளரலாம் இல்லையா?

மாது : இவர் என்ன செடியா?

சாஸ் : ஆனா உனக்கு கொள்ளி வைக்கற வேலை கம்மி - ஒரு தீக்குச்சியை கொளுத்திப் போட்டா போதும், பஸ்பமாயிடுவார். ஆமாம் பெண் வீட்டுக்காரா எல்லாம் எப்ப வருவா?

மாது : நீர் வேற - இதான் பொண்ணோட வீடே - நாங்க கொஞ்சம் முன்னாடி வந்துட்டோம்.

சாஸ் : அப்பா மாது, கொஞ்சம் சட்டுனு நிச்சயதார்த்

தத்தை முடிச்சுட்டு என்னை அனுப்பிடு; லேட் பண்ணி என் தாலியை அறுத்துடாத... ஏன்னா நான் சாயங்காலம் ஜட்ஜ் பரமேஸ்வரன் வீட்டுக்கு போயாகணும். அவர் மண்டையைப் போட்டு இன்னிக்கு 8வது நாள். நான் போய் தான் காரியங்களை கவனிக்கணும்.

குப்பு : மாது, இந்த சாஸ்திரிகள் வாணமிடா; நீ தாலி கட்டறச்சே அட்சதைக்கு பதில் எள்ளை கொடுத்துடப் போகுது. வாயைத் தொறந்தா சாவு சாவுதான் வரது இவருக்கு -

சீனு : அப்புறம் சாஸ்திரிகளே, கல்யாணத்துக்கும் நீரே வந்துடும். கல்யாண மந்திரம் எல்லாம் தெரியும் இல்லையோ?

சாஸ் : கவலைப்படாதே, பொளைப்பிட்டு பிரட்டிட றேன். கல்யாணம் கருமாதி எல்லாத்துக்கும் ஒரே மந்திரம்... என்ன - ட்யூனை கொஞ்சம் மாத்தி ஏத்தி இறக்கி சொல்லணும் - அவ்வளவுதான்.

மாது : இப்படி வாரும்?

சாஸ் : என்ன?

மாது : கல்யாணத்துக்கு 2 நாள் முன்னாடியே வந்து முடியறவர தங்கறது உங்களுக்கு ஒன்றும் ஆட் சேபணை இல்லையே?

சாஸ் : சத்திரத்திலேயேவா?

மாது : சத்திரம் இல்லை, பாலவாக்கம் ராமாமிர்தம் வீட்டுல தான் கல்யாணம்.

சாஸ் : நாசமா போச்சு - கல்யாணம் பாலவாக்கத்திலேயா? கோவிந்தா, அங்க பஸ்ஸை பிடிச்சு வரதுக்குள்ள பிராணன் போயிடும்...

குப்பு : மாது, உனக்கு கல்யாண மந்திரம் சொல்லி நான் பண்ணி வக்கறேண்டா. கோவிந்தா, குளோஸ், நாசமா போச்சு - இப்படியே அபசகுனமா பேச றதுக்குன்னே இவர் அவதாரம் பண்ணியிருக்கார்...

மாது : நீ சும்மா இரு தாத்தா; எனக்கு இவரை விட்டா வேறு ஆள் கிடையாது.

சாஸ் : கல்யாணம் முடியறவரை நான் ஏன் அங்க தங்கணும்? எல்லா காரியத்துக்கும் வந்துட்டு வந்துட்டு போயிடறேனே?

மாது : காரியம் இல்லை ஸ்வாமி, functionனு சொல்லும்.

சாஸ் : ஏன் சொல்றேன்னா, எனக்கு ஒரே இடத்துல சமாதி கட்டின மாதிரி தங்கறது பிடிக்காது.

சீனு : *(தலையில் அடித்து)* exampleக்கு சமாதி சுடு காடுதானா? *(மைதிலியும் ஜானகியும் வர)*

மாது : வா ஜானகி, வாம்மா, ஜானகி வீட்டை சுத்தி பாத்தியா?

ஜான : மாது, உங்கப்பா வந்தாச்சா?

மாது : தோ, இவர்தான் எங்கப்பா - தள்ளி நில்லுங்கேளேன் - ஓய், நேருக்கு நேரா பார்த்தாலே எங்கப்பா தெரிய மாட்டார், நீர்வேறே மறைக்கணுமா?

ஜான : இவர் உங்கப்பாவா?

மாது : கண்டுக்காதே, கிடைச்சதை வச்சு adjust பண்ணிக்க வேண்டியதுதான்...

ஜான : அப்பா கைல என்ன?

குப்பு : அப்பா கைல அமிர்தாஞ்சனம் டப்பா?

ஜான : நெனைச்சேன் சார் என்னடாது திடீர்னு சென்ட் வாசனை காணமேன்னு? ஆமாம், ஏன் அவருக்கு தலைவலியா?

மாது : எனக்காக கொஞ்சம் எல்லாத்தையும் பொறுத்துக் கோயேன் தாத்தா... அம்மா, இதான் அப்பண்ணா சாஸ்திரிகள். ஜானகியோட அப்பாவும் fatherம் வந்துட்டா நிச்சயதார்த்தத்தை ஆரம்பிச்சுடலாம்.

சார் : அப்பாவும் fatherம்மா? ஜானகிக்கு தமிழ்ல ஒரு அப்பா, இங்கிலீஷ்ல ஒரு அப்பாவா?

மாது : ஆமாம் இது தவிர மெட்ராஸ் பாஷைல ஒரு நைனா இருக்கார்; நீ வேறே-பாதர்னா சர்ச் பாதர்.

ஜான : அப்பாதான் (Yesudoss & father entry)

ஏசு : Good morning. சாரி, உங்களை ரொம்பநேரம் wait பண்ண வச்சுட்டேன்.

மாது : பரவாயில்லை சார்... பை தி பை சார்தான் திரு ஏசுதாஸ் - ஜானகியோட அப்பா. இவர்தான் எங்க தாத்தா - குப்புசாமி அய்யங்கார்ன்னு பேரு. இது எங்கம்மா - மைதிலி. இவர் அப்பண்ணா சாஸ்திரிகள். உங்களுக்கு father மாதிரி எங்களுக்கு religious guide. இது சீனு - என் நண்பன்.

ஏசு : இது உன் தம்பி, கரெக்டா?

மாது : தம்பி இல்லை சார், இவர்தான் எங்கப்பா!

ஏசு : உங்கப்பாவா?

குப்பு : நான் சொல்லலை மாது - யாரும் நம்ப மாட்டா, இவனை கூட்டிண்டு வரவேண்டாம், கொஞ்சம் உயரமான ஆளா பாருன்னேன், நீ கேக்கலை?

ஏசு : நல்லா இருக்கே, பெத்த அப்பா குள்ளமா இருக் காங்க; அதுக்கா போற எடத்துக்கெல்லாம் கூட்டிண்டு போக உசரமா ஒரு அப்பாவை வச்சுக்க முடியுமா? It’s ok தம்பியான்னு கேட்டு டேன். மன்னிச்சிடுங்க மாது, நீ வேணா அப்பான்னு சொல்லிக்க வெக்கப்படலாம்; ஆனா உங்கம்மா இவரை உங்கப்பா இல்லேன்னு சொல்லிட முடியுமா?

மாது : அம்மா ப்ளீஸ் சொல்லேம்மா -

மைதிலி : சரி,சரி, அவன்தான் மாதுவோட அப்பா? போறுமா?

ஏசு : என்னது, புருஷனை போய் அவன் இவன்னு மரியாதை இல்லாம...

மாது : அது... உங்க வழக்கத்துல புருஷனை மனைவி பேர் சொல்லி கூப்பிட்டா தப்பில்லை... அது மாதிரி எங்க வீட்டுல எங்கப்பாவும் அம்மாவும் வா போன்னு உரிமையா கூப்பிடுவா.

ஏசு : ஓ.கே. உங்க குடும்ப பிரச்சனை; நான் ஏன் தலை யிடணும்? இவர்தான் Father - சந்தோஷம்னு பேர்

- என் வீட்டு function எல்லாம் எப்போ எப்படி நடக்கணும்னு முடிவு செய்யறதே இவர்தான்.

மாது : இவர் அப்பண்ணா சாஸ்திரிகள்-நிச்சயதார்த்து லேந்து, கல்யாணம் வரை எல்லாம் நாள், கிழமை பாத்து நடத்தப் போறார்.

ஏசு : ஏ..... அப்ப நீங்க 2 பேரும் சேர்ந்து இந்த ஹிந்து கிறிஸ்டியன் மேரேஜை நடத்தி வைக்கணும்.

சாஸ் : சந்தோஷம்.

பாதிரி : கூப்பிட்டீங்களா?

சாஸ் : இல்லை ஓய், உம்மை கூப்பிடலை சந்தோ ஷம்னு ஜெனரலா சொன்னேன் - நான் மாது வோட ஜாதகத்தையும் ஜானகியோட ஜாதகத்தையும் ஏற்கனவே பாத்துட்டேன் - ரொம்ப பொருத்தமா இருக்கு. வர 16ம் தேதி நல்ல முகூர்த்த நாள். கல்யாணம் பண்றதா இருந்தாலும் சரி, கொள்ளை அடிக்கப் போறதா இருந்தாலும் சரி, 16ம் தேதி செஞ்சா நிச்சயம் successதான். நான் சொல்லலை பஞ்சாங்கம் சொல்றது. என்ன father சந்தோஷம். உங்களுக்கு ஓ.கே. யா?

பாதிரி : என்னைப் பொறுத்தவரை எந்த நாளும் நல்ல நாள் தான்.

சாஸ் : yesterday கூடத் தான் நல்ல நாள்; கல்யாணம் பண்ண முடியுமா? போயிடுத்தே! 16 உமக்கு ஓ.கே.யா? அதைச் சொல்லும்.

பாதிரி : 16th Sunday - சர்ச்சுக்கு போற நாள் - good, 16 வச்சுப்போம்.

சாஸ் : என்னம்மா 16ம் தேதி உங்களுக்கு சௌகரியப் படுமா?

மைதிலி : ம்... 16ம் தேதியே வச்சுப்போம்.

சாஸ் : வேணும்னா எதுக்கும் உங்க புருஷனை கேட்டுக் கோங்க... என்ன இருந்தாலும் மாதுவை பெத்தவர், அவர் சம்மதம் முக்கியமில்லையா?

மைதிலி : கடங்காரா, வாயைத் திறந்து சொல்லேண்டா சம்மதம்னு...

மாது : அது வந்து... நான் சொல்லலை... அன்னியோன்யம், உரிமையா பேசறாங்க அப்பா... 16th ஓ.கே.ன்னு சொல்லேன்.

கோபி : 16ஓ.கே. இன்னிக்கு என்ன 12ஆ? அப்படியே சாஸ்திரிகளை கேளு சுரங்கம் தோண்டறதுக்கு 12ந் தேதி நல்ல நாளான்னு? கேளு.

ஏசு : சுரங்கமா?

மாது : அது எங்கப்பா பி.டபிள்யூ.டில engineer. 12ம் தேதி மவுண்ட் ரோட்ல subway சுரங்கப்பாதை கட்ட ஆரம்பிச்சுட்டார். நல்ல நாளா? successfullஆ இருக்கு மான்னு கேக்கறார். மவுண்ட் ரோட்ல subway தோண்டப் போறாங்க.

ஏசு : உங்க அப்பா PWD ல Engineer ஆ? என்ன சிவில் Engineerஆ?

சீனு : இல்லை, கிரிமனில் இஞ்சினியர்.

ஏசு : கிரிமினலா?

மாது : இந்த central ஜெயில் கட்டறப்போ எங்கப்பாதான் இஞ்சினியர் - அதான் கிரிமினல் இஞ்சினியர்னு விளையாட்டுக்கு சீனு சொல்றான். சாஸ்திரிகளே, அப்ப கல்யாண பத்திரிகை எழுதிடறேளா?

சாஸ் : நான் ஏற்கனவே எழுதியாச்சு. கிறிஸ்டியன் ஹிந்து 2 பேருக்கும் வசதியா இருக்கற மாதிரி எழுதிட் டேன் - father பெயர் என்ன?

பாதிரி : சந்தோஷம்.

சாஸ் : ஆ ஊ ன்னா இந்த father ஒரு குழப்பம்மா... நான் stellaவோட அப்பா பேர் கேட்டேன்.

ஏசு : ஏசுதாஸ்.

சாஸ் : நல்லதா போச்சு... ரிஸப்ஷனுக்கும் நீரே பாடுவீர்.

மாது : அது ஜேசுதாஸ்... இவர் ஏசுதாஸ்... சார், கல்யாணம் பாலவாக்கத்துல தெரிஞ்சவங்க வீட்டுல நடக்கப் போறது.

காட்சி 7

மாதுவின் வீடு

(குப்பு இருக்க, மாது வருதல்)

மாது : பத்திரிகையோட பின் பக்கம் - last page - with the best compliments from - அம்மா எங்கே?

குப்பு : உள்ளே இருக்கா...

மாது : அம்மா என்னோட கல்யாணத்துக்கு வேண்டிய துணிமணியெல்லாம் ரெடி பண்ணியாச்சா?

குப்பு : அப்ப நாம் இன்னிக்கே பாலவாக்கம் போகப் போறம்மா?

மாது : ஆமாம் தாத்தா...

குப்பு : ஒரு நிமிஷம் - நானும் போய் ஒரு 4 வேட்டி 4 ஜிப்பா எடுத்து பெட்டிக்குள்ளே வச்சுண்டுடறேன்.

மாது : 4 வேட்டி; 4 ஜிப்பாவா?

குப்பு : ஏன்? ஜாஸ்திங்கறயா?

மாது : ஜாஸ்திக்கில்லே... உன் கிட்டே ஏது 4 வேட்டி 4 ஜிப்பா...

குப்பு : உங்கப்பனது 2 செட் எடுத்துண்டா போச்சு.

மாது : 2 நாளுக்கு எதுக்கு 4 வேட்டி 4 ஜிப்பா?

குப்பு : கொஞ்சம் நல்லா Decent ஆ dress ல இருக்கலாமேன்னுதான்... ஜானகி வேற அங்க இருப்பா - அவ எதிர்லே அழுக்கு ஜிப்பாவோட ஏன் நிக்கணும்?

மாது : என்ன நீ எதுல ஆரம்பிச்சாலும் ஜானகிலே வந்து நிக்கறே? கல்யாணப் பையன் நான் - அதை மனசிலே வச்சுக்கோ... நீ எதுக்கும் குறைச்சியே டிரஸ் எடுத்துக்கோ...

குப்பு : ஏன்?

மாது : சொல்லமுடியாது... திடீர்னு போலீஸ் வந்தா கூட லக்கேஜ் கம்மியா இருந்தா easy ஆ பெட்டியை தூக்கிட்டு தப்பிச்சு ஓடிடலாம் இல்லியா?

குப்பு : போலீசா? பாலவாக்கத்திலே நடக்கப்போறது கல்யாணம்தானே!

மாது : கல்யாணம் மட்டும் நடந்தா பரவாயில்லே! வேற என்ன வெல்லமோ நடக்கப்போறது...

குப்பு : வேற என்ன?

மாது : பாலவாக்கம் வந்தா நீயே புரிஞ்சிப்பே-

குப்பு : என்னடா, என்னமோ சொல்லி பயமுறுத்தறே?

மாது : பேசாம இரு, நீ பயந்தா அப்புறம் அம்மாவும் பயந்து பாலவாக்கம் வரமாட்டேன்னுடுவா. என் கல்யாணம் நின்னுடும். அம்மா வரா... ஏம்மா நீ என்ன பேசாம இருக்கே, துணிமணி எல்லாம் எடுத்து வச்சுக்கலே?

மைதிலி : துணி மணியா? எதுக்கு?

மாது : என்ன எதுக்குங்கறே? இன்னிக்கு என்ன தேதி மறந்துட்டியா - 14ம் தேதி. 16ம் தேதி இந்நேரம் என் கழுத்திலே தாலி ஏறி இருக்கும்... சே, உளர் றேன்... ஜானகி கழுத்திலே நான் தாலி கட்டியிருப்பேன். போய் துணிமணி எல்லாம் எடுத்து வச்சுக்கோ, தாத்தா நீயும்தான்.

மைதிலி : எப்படிடா மாது உங்கப்பாவுக்கு தெரியாம போறது? சும்மா வெளிலே கோயிலுக்கு போய்ட்டு வரேனுகூட சொல்லிட்டுப் போகமுடியாது... 16ம் தேதி கல்யாணம் முடியறவரை பாலவாக்கத்திலே வேற இருந்தாகணும்-

மாது : அப்பாகிட்டே சொல்லிட்டு அவர் பெர்மிஷனோட போகலாம், போறுமா?

மைதிலி : என்ன உளர்றே? கல்யாணத்துக்கு உங்க அப்பா-

மாது : நீ ஏன் கல்யாணங்கறே? நான் நீ தாத்தா 3 பேரும் மாயவரம் போயிட்டு வரோம்னு சொல்லிட்டு பஸ்ஸை பிடிச்சு பாலவாக்கம் போயிடலாம்.

மைதிலி : மாயவரமா?

மாது : ஆமா, மாயவரத்திலேதான் உங்கண்ணன் மிலிடரி மாதவன் இருக்காரே? அண்ணாவை பாக்கணும்

போல இருக்குன்னு சொல்லிடு -

மைதிலி : இப்ப வேண்டாம் அடுத்த மாசம் பாத்துக்கலாம்னு சொல்லிட்டா?

மாது : ஒரு மாசமெல்லாம் body வீட்ல வச்சுண்டு இருக்க முடியாதுன்னு சொல்லிடு.

மைதிலி : பாடியா?

மாது : ஆமா மிலிடரி மாதவன் செத்துட்டான்னு சொல்லிடு.

மைதிலி : அடப்பாவி... பாவம் அண்ணா... அனாவசியமா அவர் செத்துட்டார்னு பொய் சொல்லச் சொல்றியா?

குப்பு : மாது, மிலிடரி மாதவன் எம் புள்ளைடா... பெத்த அப்பனையே பிள்ளை செத்துட்டான்னு பொய் சொல்லச் சொல்றியா?

மாது : பெத்த அப்பன் சொன்னாதான் effect ஏ ஜாஸ்தி; அப்பா நம்பிடுவார்.

குப்பு : மாது மனசு கேக்கலைடா... மிலிடர் மாதவன் எதுக்கு? வேற யாரான உறவுக்காரங்க போயிட்டதா சொல்லலாமே?

மாது : Too late... நான் ஏற்கனவே மிலிடரி மாதவன் செத்துட்டார்னு தந்தி கொடுத்தாச்சு. அப்பா ஆபீஸ்லேருந்து வந்த உடனே தந்தியும் வந்துடும்.

குப்பு : மோசமான பையன்டா நீ... மிலிடரி மாதவன் உனக்கு மாமங்காரன்... உன் கல்யாணத்துக்கு பக்கத்தில் இருந்து தோள் கொடுக்க வேண்டிய மாமனை இப்படி 4 பேர் தோள்லே தூக்கிட்டு போகப் போறதா பொய் சொல்றியே, உருப்படுவியா?

மாது : மிலிடரி மாதவன் செத்துட்டதா சொல்றதுல நமக்கு ஒரு வசதி - அவன் வீட்டுப்படியே மிதிக்க மாட்டேன்னு அப்பா நமக்கு வசதியா சபதம் பண்ணியிருக்கார் - நிச்சயம் தான் வரமாட்டேன்னுடுவார்; நாம கிளம்பிடலாம்.

மைதிலி : பாவம் இத்தனைக்கும் மாதவனுக்கு சின்ன வயது -45...

மாது : நான் என்ன பண்றது சொல்லு? மிலிடரி சின்ன வயசுதான்... நம்ம உறவிலே போற வயசுன்னு பாத்தா தாத்தாதான் இருக்கார். இவர் மட்டும் நம்ப கூட இல்லாம கிராமத்துல இருந்திருந்தா மிலிடரி மாதவனுக்கு பதிலா இவர் போயிட்டதா தந்தி அடிச்சிருப்பேன்.

மைதிலி : இந்தக் கல்யாணத்தையானா பக்கத்திலே எங்கயானா வச்சிண்டிருந்திருக்கலாம்...

மாது : லொங்கு லொங்குன்னு சொல்ற மாதிரி வந்து நின்னு தொலைப்பார், அதனாலதான் பாலவாக்கத்தை select பண்ணேன், அப்பா work பண்ற bank மூலக்கடை branch - அது அந்தக் கோடி, பாலவாக்கம் இந்தக் கோடி. அப்பா கண்ணுல பட chance ஏ இல்லை... (calling bell) அப்பாதான், தாத்தா, எனக்காக தந்தி வரச்சே அதை படிச்சு பார்த்துட்டு அவர் எதிரிலே புத்ர சோகத்திலே தடுமார்ற மாதிரி நடி, என்ன?

மைதிலி : ம்... இது எங்க போயி முடியப்போறதோ?

மாது : பாலவாக்கத்துலதாம்மா...

ராமா : (வந்தபடி) என்ன பாலவாக்கம்?

மாது : அது ஒண்ணுமில்லே... சும்மாதான் அம்மா கேட்டா நீ வேலை பண்ற bank branches வேற எங்கே எல்லாம் இருக்குன்னு கேட்டா... பாலவாக்கத்திலே இருக்குன்னு சொன்னேன்.

ராமா : அதானே பாத்தேன்... என்னடா ஆபீஸ்லேருந்து நானே இப்பத்தான் வரேன் - அதுக்குள்ளே பாலவாக்கம் news எப்படி உங்களுக்கு தெரிஞ்சுதுன்னு?

மாது : பாலவாக்கம் Newsஆ?

ராமா : என்னை மூலக்கடை Branchலிருந்து பாலவாக்கம் Branchக்கு Transfer பண்ணிட்டாங்க...

மாது : பாலவாக்கம் Branchக்கு transferஆ?

ராமா : ஆமா order இன்னிக்குத்தான் வந்தது - நாளைக்கு duty அங்கதான் join பண்ணணும்.

மாது : இன்னிக்கு order வந்தா உடனே நாளைக்குத் தான் join பண்ணணுமா? ஒரு 2, 3 நாள் பொறுத்து 16ம் தேதிக்கப்புறமா join பண்ணறது.

ராமா : அது ஏன் 2, 3 நாள் கழிச்சு join பண்ணணும்?

குப்பு : அட அந்த 2, 3 நாள் வீட்டை பத்திரமா பாத்துக் கலாம் இல்லையா?

ராமா : வீட்டை நான் பாத்துக்கணுமா, ஏன்?

குப்பு : அட, ஒரு வேளை தந்தி வந்துதுன்னா நாங்க 3 பேரும் போக வேண்டி வரும்... நீங்களும் பால வாக்கம் ஆபீசுக்கு போயிட்டா பகல்லே அனா வசியமா வீட்டை பூட்ட வேணாமேன்னு பாக்க றோம்.

ராமா : கனவுல இவருக்கு தந்தி வந்துதா?

மாது : ஆமா! தாத்தாவுக்கு இன்னிக்கு விடிகார்த்தால கனவுல தந்தி வந்தது... நான்தான் கையெழுத்து போட்டு வாங்கினேன்.

ராமா : தாத்தா கனவுக்கு நீ போய் தந்தியை கையெழுத்து போட்டு வாங்கினியா? என்னடி மைதிலி? உம் பையன் உளர்றான்.

மைதிலி : அது வந்துன்னா...

மாது : அம்மா பேசாம இரு... எது உளர்னாலும் நானே உளர்றேன்... அப்பதான் கோர்வையாய் வரும்... நீங்க ரெண்டு பேரும் பேசவேணாம். இல்லப்பா தாத்தாவுக்கு இன்னிக்கு கனவுல மணி ஆர்டர் வந்தது.

ராமா : மணியார்டரா? அப்போ தந்தினே?

மாது : மொத்தல்ல மணியார்டர்தான் வந்தது; பின்னாடியே தந்தியும் வந்தது -

ராமா : ஆமாம் நேத்து ராத்திரி வீட்டுல தூங்கினீரா, இல்லை Post officeக்கு போய் தூங்கினீரா? மணியார்டர் தந்தில்லாம் ஒவ்வொண்ணா வந்துண்டேயிருக்கு?

குப்பு : என்னை ஒண்ணும் கேக்காதேள்... மாப்பிள்ளை, எனக்கு கனவு வந்தது என்னமோ வாஸ்தவந்தான்

- ஆனா அப்ப தூங்கிண்டு இருந்ததால கனவை சரியா பாக்கலே; முழிச்சுண்டு இருந்து என் கனவை மாதுதான் பாத்தான், அவனையே கேளுங்கோ-

மாது : ஆமாம்பா, நானே சொல்லிடறேன் - தாத்தாவுக்கு கனவில தந்தி வந்தது... யாரோ நம்ப உறவுக்காரங்க செத்துப் போயிட்டதா... யார் செத்துட்டதா தந்தி இருந்தது தாத்தா?

குப்பு : நான் தந்தியை சரியா படிக்கறதுக்குள் முழிப்பு வந்துடுத்து...

மாது : உன் பிள்ளை மிலிடரி மாதவனா இருந்தாலும் இருக்கலாம் இல்லையா, சொல்ல முடியாது... அதாம்பா... அப்படி யாராவது போயிட்டதா தந்தி வந்தா நாங்க 3 பேரும் போக வேண்டியிருக்கும் - அப்ப நீ வீட்டை பாத்துக்க வேணாமா? இப்ப போய் பாலவாக்கம் Branch duty join பண்ணணுங்கறியே?

ராமா : இப்ப என்ன, கனவுதானே?

மாது : விடிகார்த்தால கண்ட கனவாச்சே, பலிக்குமோன்னு பயப்படறார்.

ராமா : எனக்குக்கூடத் தான் நிறைய தடவை விடிகார்த்தால உங்க தாத்தா மண்டையை போட்டதா கனவு வரும்; அந்த சந்தோஷத்துல முழிச்சு பாத்தா இவர் ஹால்ல உக்காந்துண்டிருப்பார். விடிகாலை கனவுல்லலாம் எனக்கு நம்பிக்கையேயில்லை (எழுந்து கொள்ள)

மாது : இரேம்பா, ஒரு 10 நிமிடம் கழிச்சு உள்ளே போயேன், தந்தி வந்தாலும் வரலாமில்லையோ?

ராமா : போடா முட்டாள் - உனக்கும் உங்க தாத்தாவுக்கும் வேற வேலையில்லை (காலிங் பெல்)

மாது : போஸ்ட்மேன்தான் - தந்தி வந்தாச்சு - தாத்தா, தந்தியை படித்துட்டு நெஜமாவே உம் பிள்ளை போயிட்டா எப்படி அழுவியோ அப்படி அழணும். அம்மா, நீயும் தான் - அப்படி இல்லாட்டி நம்ப

மாட்டார் (வாசலுக்குப் போய் வந்து) தாத்தா நான் குளோஸ்...

குப்பு : தந்தி வரலையா?

மாது : தந்தி வராட்டி கூட பரவாயில்லை... யார் போயிட்டதா தந்தி கொடுத்திருக்கோமோ அவரே வந்துட்டார்!

குப்பு : யாரு? எம் பிள்ளை மிலிடரி மாதவன் வந்திருக் கானா? எதுக்குடி இப்ப வந்திருக்கான் மைதிலி உங்கண்ணா?

மாது : வந்திருக்கக் கூடாதுதான்; வந்துட்டாரே... இப்ப அவர் எதிர்ல தந்தி வேற வரும்... கொடுத்து வச்ச மனுஷன்... தான் செத்துப்போய்ட்ட தந்தியை தானே படிக்க போறார் (மிலிடரி மாதவன் வருதல்)

மைதிலி : வாண்ணா வா...

மி.மா : என்ன மைதிலி, சவுக்கியமா? மாப்பிள்ளை எப்படியிருக்கார்? எம்பேர்ல உள்ள பழைய கோவத்தை மறந்துட்டாரா? இல்லை நான் சாகறவரை ஞாபகத்துல வச்சுக்கப்போறாரா?

மைதிலி : வந்ததும் வராததுமா ஏன் அபசகுனமா சாவு அது இதுங்கற? ஏற்கனவே இங்க அதைப்பத்தி நிறைய பேசியாச்சு-

மி.மா : என்னடா மாது, எப்படி இருக்கே? பழையபடி அதே பி.ஏ. தானே படிச்சுண்டிருக்கே? நான் திடீர்னு வந்தது உங்களுக்கெல்லாம் ஆச்சர்யமா இருக்கில்லை?

மாது : இப்ப வெறும் ஆச்சர்யந்தான்; அவஸ்தையே இனி மேதான் இருக்கு மாமா. போயிட்டதா போட்ட தந்தியே இன்னும் வரக்காணோமே?

மி.மா : என்னப்பா சவுக்கியமா?

குப்பு : ஏதோ இருக்ககேண்டா மாதவா... சரிடா, வந்தது லேந்து ஏன் தந்தி சாவுன்னு அதையே பேசிண் டிருக்க, உம் பொண்ணுங்கள் எல்லாம் எப்படி, சௌக்கியமா?

மி.மா : அதுங்களுக்கென்ன? மாயவரம் கிராமத்துல வளர்ந்த பொண்ணுங்களாச்சே! அம்மா பிரியமா உரம் போட்டு வளத்த ஐ.ஆர். 8 மாதிரி தளதளன்னு வளந்து... அப்பா, எப்போ கல்யாணம்னு என்னை கேக்காதீங்க.

குப்பு : பண்ணிட வேண்டியதுதானே?

மி.மா : அதான் வந்தேன்... 5 பொண்ணுல யாராவது ஒருத்தியை மாதுக்கு கட்டி வச்சு மைதிலிக்கு மாட்டுப் பொண்ணு ஆக்கலாம்னு... மாது 5 பொண்ணு போட்டோவும் கொண்டு வந்திருக் கேன், பாக்கிறியா? போட்டோ பாக்க கொஞ்சம் சுமாராதான் இருக்கும்; ஏன்னா மாயவரத்தல நல்ல ஸ்டுடியோல்லாம் கிடையாது. உத்தேசமா எடுத்துட்டு அப்படி டச்சப் பண்றேன்னு நம்மை பாத்து பாத்து வரைஞ்சிடுவாங்க.

மைதிலி : மாதவா, அது வந்து...

மி.மா : என்ன தயங்கறே? மாப்பிள்ளை வரதட்சணை அதிகம் எதிர்பாப்பாரோ?

மைதிலி : வரதட்சணையை விடும்...

மி.மா : அப்புறமென்ன? வரதட்சணை வேண்டான்னா மாதுவுக்கு 2 பொண்ண நான் கட்டி வைக்க தயார். பரவாயில்லை மாது - கிருஷ்ணருக்கு இல்லையா பாமா ருக்குமணி? முருகனுக்கு வள்ளி தெய்வானை? உனக்கும் 2 பொண்டாட்டி இருந்தா தப்பில்லை - என்ன சொல்ற...

மாது : 3 பரவாயில்லைன்னா சொல்லுங்க - நீங்க ரொம்ப ஆசைப்படறதுன்னா யோசிக்கலாம்.

மி.மா : 3 ஆ?

குப்பு : மூதேவி பி.ஏ. பரிட்சை மாதிரி எல்லாம் 6, 7 வச்சுக்கலாம்னு பாக்கறியா? இவன் ஒருத்தன்... விவரம் புரியாம வேளை கெட்ட வேளைல வந்து பிராணனை வாங்கறான்.

மி.மா : இல்லைப்பா, மாதுவுக்கு என்னமோ கல்யாண

வயசாயிடுத்து... காலாகாலத்துல கட்டி வச்சுட வேண்டியதுதானே... ஏன்னா இந்த காலத்து பசங்களை நம்ம முடியாது... லவ் கிவ்னு யாரான கிறிஸ்துவ பொண்ண கட்டிகிட்டு கால்ல வந்து விழறதுக்கு முன்னாடி நாம முந்திக்கிறது better இல்லையா?

மாது : மாமா நீங்க too late.

மி.மா : என்ன... மாதுவுக்கு ஏற்கனவே பொண்ணு பாத்தாச்சா? விடுங்க, relationல பொண் எடுத்தா நல்லதாச்சேன்னு பாத்தேன்.

குப்பு : இவன் ஒருத்தன்... Religionsஸே சரியா அமையலை... இவன் ரிலேஷனுக்கு போயிட்டான்.

மி.மா : At least மாது கல்யாணத்துக்கு இன்விடேஷன்னா போடுங்க - தாலிகட்டற சமயத்துல தலையை காட்டிட்டு போயிடுறேன்.

மாது : வந்தாச்சில்லை? தாலி என்ன full marriageக்கு நீங்க இருக்கப்போறேள்!

மைதிலி : வாண்ணா உள்ள, காபி தரேன்.

மி.மா : பரவாயில்லை, நான் இங்கேயே இருக்கேன்; காபி கொண்டா.

மாது : உள்ளே போய் முகத்தை அலம்பிக்குங்க. ட்ரெயின்ல வந்திருக்கேள் - டையர்டா இருக்கும்.

மி.மா : நான் பஸ்ல வந்தேன், போதுமா?

மாது : பஸ்ல வந்தாலும் மாயவரத்துலேந்து வந்திருக் கேள், டையர்டா இருக்காதா?

மி.மா : நான் நேத்தே அரக்கோணம் வந்துட்டு Rest எடுத்துண்டு இன்னிக்கு மெட்றாஸ் வந்தேன். டயர்டா இல்லை.

மாது : விடு தாத்தா, அவரேதான் வாங்கி படிக்கணும்னு அவர் தலைல எழுதியிருந்தா நாம தடுக்க முடியாது. (காலிங் பெல்) வந்தாச்சு-

குரல் : சார் தந்தி...

மாது : மாமா, அதுவேற ஏதான தந்தியா இருந்தாகூட அதை தந்தியா பாவிக்காம வதந்தியா பாவிச்சு மனசை தேத்திக்குங்க. (தந்திசேவகன் வந்து)

த. சே : 2 தந்தி சார்...

மாது : 2 தந்தி மாமா... வாழ்க்கை மட்டுமில்லை, தந்தில கூட நல்லது கெட்டது ரெண்டும் கலந்திருக்கும். வருத்தப்படாதீங்க... சார்கிட்ட குடுத்துருப்பா... சம்பந்தப்பட்டவரே வாங்கி மொதல்ல பாத்துடறது நல்லது.

மி.மா : என்ன உளர்றான் (கையெழுத்து போட்டு வாங்க) .... மிலிடரி மாதவன் மாயவரம் நான் வரப்போறதா போட்ட தந்தி... ஏ, இது என்ன? மிலிடரி மாதவன் expired start immediately! ஏம்பா, expiredனா காலாவதியாகி விட்டதுன்னுதானே அர்த்தம்?

மாது : policy expired காலாவதியாகி விட்டது; person expired காலமாகிவிட்டார். policy expiredனா நீங்க போனவுடனே எல்.ஐ.சி. உங்க மனைவிக்கு பணம் தரும்.

மி.மா : அப்படி வரதா ... மிலிடரி மாதவன் expiredனு அதாவது நான் காலமாகி விட்டேன்னு Mrs. மாதவன், என் மனைவி தந்தி அடிச்சிருக்கா... இப்ப நான் என்ன பண்ணணும்? எல்.ஐ.சி.க்கு இதை இன்பார்ம் பண்ணணுமா? (உணர்ந்து) what! நான் காலமாயிட்டேனா... என்ன எழவுடா இது... எப்படி இந்த மாதிரி ஒரு தந்தி?

த.சே : சார் கையெழுத்து போடுங்க சார், 4 வீடு போகணும்.

மி.மா : முண்டம், நான் செத்ததா தந்தி வந்ததே தப்பு. அதை வாங்கினதுக்கு அத்தாட்சியா கையெழுத்தும் நானே போடறதா? அறிவு இல்லாம கேக்கறியே.

மாது : இந்தாப்பா, நான் கையெழுத்து போடறேன்,

அவர்தான் செத்தவர்; அவரால கையெழுத்து போட முடியாது.

த.சே : சரியான சாவுகிராக்கி.

மி.மா : என்னப்பாது .... மாதவன்னு போட்டிருக்கு... என் மனைவி எதுக்காக நான் போயிட்டதா தந்தி அடிக்கணும்? இப்ப நான் என்ன பண்றது?

மாது : நீங்க திரும்பி இன்னொரு தந்தி மனைவிக்கு அடிச்சுடுங்க-கவலைப்படாத பிழைச்சிட்டேன்னு. தாத்தா, டயமாச்சு... நாம பாலவாக்கம் போக வேணாமா?

குப்பு : இவன் வேற இடைஞ்சலா வந்து தொலைச்சி ருக்கான்.

மாது : இவரையும் பாலவாக்கம் அழைச்சிட்டு போயிடு வோம்.

மி.மா : பாலவாக்கமா? நான் எதுக்கு?

மாது : அரைகுறையா விஷயம் தெரிஞ்சதால உங்களை இங்க விடறது ஆபத்து... கிளம்புங்க.

மி.மா : முடியாதப்பா?

மாது : முடியாது முடியாது (துப்பாக்கி எடுத்து) பாஸ்கிட்ட எதுக்கும் இருக்கட்டுமேன்னு கேட்டு வாங்கிட்டது நல்லதா போச்சு hands up (குப்பு, மாதவன் கையை தூக்க) தாத்தா நீங்க தூக்கவேணாம்.

குப்பு : அதை சொல்லி தொலைக்கறதுதானே? பயந்தே போயிட்டேன்.

மி.மா : வாணாம்டா மாது... சுட்டுடாத, ப்ளீஸ் டேய், அடியே மைதிலி, உம் பிள்ளைக்கு சொல்லுடி.

மாது : சே, கோழை மாமா, நீங்க மிலிடரி மாமான்னு பெருமையா நெனைச்சேன். கடைசில இப்படி துப்பாக்கியை பாத்தவுடன் அம்புலி மாமாவா ஆயிட்டேளா? தாத்தா, அம்மாவோட பாலவாக்கம் வந்து சேரு. Bus standல நான் உன்னை மீட் பண்றேன். உம்... நடங்க.

காட்சி 8

பாலவாக்கம் வீடு

(மிலிடரி மாதவன் கையைத் தூக்கியபடி வர பின்னால் துப்பாக்கியுடன் மாது)

மாது : ம்... உள்ள... போங்க...

மி.மா : மாது atleast கையையானா எறக்கிக்கறேண்டா... மைலாப்பூர்லேந்து பாலவாக்கம் வரை எழவு பனியனை கழட்டறா மாதிரி இந்த pose ஐ கொடுத்துண்டு வந்திருக்கேன். கொஞ்சம் எறக்கிக்கறேண்டா! பயங்கரமா வலிக்கிறது ப்ளீஸ்...

மாது : முடியாது-

மி.மா : மாது! நான் உங்க மாமன்டா!

மாது : மாமனோ மச்சானோ, மானம் கெட்டவனே, உன்னை யார் மாயவரத்துலேந்து மெட்றாஸ் வர சொன்னது?

மி.மா : மாது... கை... உம்... இப்படியே விறைச்சுப்போய் தங்கிடுத்துன்னா? மாது, நான் இப்ப கையை எறக்கித்தான் ஆவணும்.

மாது : ஏன்?

மி.மா : வேஷ்டி அவுறாமாதிரி இருக்கு; அப்புறம் நான் ஆபாசமா pose கொடுத்துண்டு நிக்க வேண்டியிருக்கும்.

மாது : சட்டுன்னு வேஷ்டியை சரியா கட்டிண்டு கையை தூக்குங்க. 2 நிமிஷம் டயம் தரேன். எங்க போயிட்டாங்க (மி.மா. மாதுவின் கையில் உள்ள துப்பாக்கியை தட்டி)

மி.மா : டாய், எங்கிட்டயா விளையாடறே? மிலிடரில இருந்தவன்டா, கைல பாத்தியா... கத்தி?

மாது : என்ன கத்தியா? கண்ணுக்கே தெரியலை? தம்மாத்தூண்டு இருக்கு?

மி.மா : பேச்சை மாத்தாதே! பெரிய கத்திலாம் வச்சுக்க நான் என்ன கட்டபொம்மனா? உங்க வயத்துல குத்தறதுக்கு இது போதும். சதக்குனு ஒரு குத்து வயத்துல - இருக்கறதல்லாம் வெளியே வந்துடும், என்ன சிரிப்பு? ஏமாந்துடுவேன்னு பாக்கறியா?

மாது : மாமா, பின்னாடி திரும்பி பாருங்க.

மி.மா : மாட்டேன், திரும்பற சமயமா பாத்து துப்பாக்கியை எடுத்துக்கலாம்னு பாக்கறியா?

மாது : ஏற்கனவே துப்பாக்கியை எடுக்கறவங்க எடுத்தாச்சு... திரும்பி பாருங்க (மி.மா திரும்ப முத்து, மாது, கோபி கையில் துப்பாக்கியுடன் இருக்க)

மி.மா : என்னப்பா! இங்க என்ன வேடிக்கையா காட்டி றாங்க? போங்கப்பா (பயந்து) போங்கப்பா...

முத்து : கீழே போடுடா கத்தியை...

மருது : தலைவரே, இவனை எங்கிட்ட விடுங்க, தொழி லுக்கு புதுசுன்னு கிண்டல் பண்ணினீங்களே... எப்படி மிரட்டறேன் பாருங்க... கத்தியை கீழே போடு!

மி.மா : முடியாது.

மருது : கத்தியை கீழே போடு!

மி.மா : முடியாது.

மருது : இப்ப நீ கத்தியை கீழே போடறியா இல்லை கத்தியை நான் கீழே போடட்டுமா?

முத்து : ஒத்துடா அப்பால; மிரட்டணும்னு ஆசை மட்டும் இருந்தா போதாது. ஒழுங்கா பேசவும் தெரியணும். கத்தியை கீழே போடுன்னா கீழே போடு!

மி.மா : கிட்ட வராத...

முத்து : வந்தா என்ன பண்ணுவே?

மி.மா : என்ன பண்றது? நான் இன்னும் கொஞ்சம் தள்ளி பின்னாடி போவேன்.

முத்து : எவ்வளவு தூரம் போவே? சுவர் வந்துட்டா அதுக்கப்புறம் போக முடியாதே? அப்ப என்ன பண்ணுவே?

மி.மா : இந்த கத்தியால் அப்படியே சதக்சதக்னு குத்திடுவேன்.

முத்து : என்ன தைரியம் இருந்தா பேசுவே? எங்க, குத்து பாக்கலாம்?

மி.மா : உன்னை சொல்லலைடா, என்னை நானே குத்திப் பேன்னு சொன்னேன், போறுமா? கீழே போட்டுட்டேன், எடுத்துக்குங்க... இது இல்லேன்னா பழம் சாப்பிடறச்சே யாரானா வந்த கூட நறுக்க முடியாது; எச்சை பண்ணி காக்காக்கடி கடிச்சுத்தான் தரணும்.

முத்து : இப்படி வந்து நில்லு...

மி.மா : தெரியும்பா, hands up தானே? என் கையையும் கழட்டி தந்துடறேன், உங்க இஷ்டத்துக்கு எவ்வளவு நாள் வேணுமானாலும் மேலகட்டி தொங்க விட்டுக்குங்க.

முத்து : hands up செய்ய வேணும்...

மி.மா : பரம்பரை பரம்பரையா துப்பாக்கி உபயோகப் படுத்தறவன் எப்படி பெருந்தன்மையா நடந்துக்கறான் பார்! மாது, நீயும் இருக்கியே... அல்பம் ஒரு சின்ன துப்பாக்கி வச்சுண்டிருக் கேங்கறதுக்காக என்னை டி.வி. ஆண்டனா மாதிரி நிக்க வச்சே மைலாப்பூர்லேந்து பாலவாக்கம் அழைச்சுண்டு வந்திருக்கான்.

மருது : மாது, யார் இது?

மாது : தலைவரே, இவர் என்னோட மாமா, மாயவரத்துல இருக்கார்.

முத்து : இங்க எப்படி வந்தார்?

மி.மா : தெரியாத்தனமா வந்துட்டேன், தப்புதான், போதுமா? வேணும்னா துப்பாக்கியால சுண்டு விரல்ல லேசா சுட்டுடு... என்னையும் விட்டுடு.

மாது : விடறதா? மாமா, இங்க உத்தரவின்றி வரக்கூடாது; வந்துட்டா உத்தரவு இருந்தாலும் போகக்கூடாது.

மி.மா : பாவி, இன்னிக்கு ராத்திரி ஊருக்கு போக டிக்கட் வாங்கியாச்சு.

மருது : கேன்சல் பண்ணிடுங்க; வேற ரயில் பிடிச்சுக்கலாம்.

மி.மா : நாளைக்கு ஊர் பஞ்சாயத்து போர்டு மீட்டிங் இருக்கு; அதுல நான் பேசியாகணுமே?

மருது : கேன்சல் பண்ணிடுங்க; வேற மீட்டிங்குல பேசிக்கலாம்.

மி.மா : இதெல்லாம் கூட பரவாயில்லை; நாளை மறுநாள் என்னோட 25வது wedding anniversary வருது; என் மனைவி கிட்ட வரதா சொல்லி சத்தியம்...

மருது : கேன்சல் பண்ணிடுங்க; வேற wife கிட்ட anniversary வச்சுக்கலாம்.

காட்சி 9

பாலவாக்கம் வீடு

மைதிலி : டேய் மாது, இங்க வாடா, பொழுது விடிஞ்சா உனக்கு கல்யாணம்... எங்கே சுத்திண்டு இருக்கே ஒரு arrangementம் பண்ணாம?

மாது : கல்யாணத்துக்கு வேண்டிய எல்லா ஏற்பாடும் பண்ணியாச்சு! நீ கவலையே படாதே...

மைதிலி : என்னடா உளர்றே? சமையலுக்கு என்ன பண்ணே? யார் சமைக்கப்போறா?

மாது : கைல வெண்ணையை வச்சிண்டு நெய்க்கு அலைவாளா? இதோ, அவரே வந்தாச்சு! மாமாதான் கல்யாணத்துக்கு சமைக்கப் போறார்.

மி.மா : (கையில் கரண்டியுடன் வந்து) மைதிலி, உன் அண்ணன் தலையெழுத்தைப் பாத்தியா? உம் பிள்ளை கைல கரண்டியை கொடுத்து கல்யாணத் துக்கு சமைங்கறான்... மாட்டேன்னா நான் பேச மாட்டேன் துப்பாக்கி பேசுங்கறான்.

மாது : சும்மாவா? national cook ஆச்சே! இந்திய ராணு வத்துக்கே சமைச்சுப் போட்டதாச்சே!

மி.மா : ஓய் ஏசுதாஸ்... இப்படி வாரும்...

ஏசு : என்ன?

மி.மா : நீ சைவமா?

ஏசு : நான் சைவம் இல்லை.

மி.மா : அதைக் கேக்கலைய்யா! சாப்பாடு சைவமா அசைவமா அதைக் கேட்டேன். முத்து மருது பாஸ் மூணு பேரும் சாப்பாடு வேணாம்னுட்டான். பின்பக்கம் பாஸ் புறா சுட்டிண்டிருக்கார்; வேகவச்சு தந்துடுவேன் உமக்கு.

ஏசு : எனக்கு எதுவா இருந்தாலும் பரவாயில்லே; ரொட்டி சுட்டுக் கொடுத்தா கூட போதும்.

மாது : மாமா சமையலுக்கு வேண்டிய லிஸ்ட் எல்லாம் போட்டுட்டேளா?

மி.மா : படிக்கறேன் கேளு; முகூர்த்த சாப்பாட்டுக்கு திரட்டுப்பால் போடலாம்னு இருக்கேன். எப்படி?

முத்து : நல்ல ஐடியா - திரட்டுப்பால்.

மாது : பாலுக்கு எங்கே போறது?

முத்து : நீங்க கவலைப்படாதீங்க... நான் அடையார் பால் பூத்லேருந்து திருடிக்கிட்டு வந்துடறேன்.

மாது : திரட்டுப்பால் செய்ய ஓகே...

மி.மா : அப்புறம் வாழைப்பழம் மாம்பழம் திராட்சை பழமெல்லாம் போட்டு பச்சடி...

மைதிலி : அதுக்கு பணம்?

மாது : பணமா... துப்பாக்கியை அன்பழகன் நெஞ்சுக்கு நேரா நீட்டி பழம் இலவசமா தரியா... இல்லே சுட்டுடவான்னு முத்து கேட்டா பயத்தில கடைக்காரர் சுட்ட பழம் வேணுமா சுடாத பழம் வேணுமான்னு கேட்பார்!

மி.மா : அப்படியா மாது?

மாது : முத்து எங்கள் சொத்து (for all exit except Mathu) (Marudhu Entry)

மருது : coming here coming here

முத்து : என்னடா?

மருது : சுரங்கம் தோண்டியாச்சு... பாங்க் உள்ள போயாச்சு... lockerஅ எப்படியா திறப்பே?

முத்து : மடையா... சாவியை போட்டுத்தாண்டா!

மருது : டேய், இது மத்த locker மாதிரி இல்லை... சும்மா குடைக் கம்பியால் திறக்கமுடியும்னு நினைச்சியா? ஏதோ நம்பர் ஸிஸ்டம்மாம் நம்பர் ஸிஸ்டம்?

முத்து : நம்பர் ஸிஸ்டமா?

மருது : ஆமாம்யா? ஆனா அந்த நம்பர் அந்த பேங்க் மேனேஜருக்குத்தான் தெரியுமாம்.

முத்து : என்னது? மேனேஜருக்குத்தான் தெரியுமா? இப்ப என்னடா பண்றது?

மருது : நீ கவலப்படாத. நான் அந்த மேனேஜர் யாரு என்னங்கற விஷயமெல்லாம் தெரிஞ்சிட்டு வந்திருக்கேன். அவனை இங்கு இட்டாந்தா வேலை சுளுவா முடிஞ்சிடும்...

முத்து : யார்டா அவன்?

மருது : ஏதோ பேர் ராமானுஜம் பாலவாக்கம் Branchக்கு இப்பதான் Transfer பண்ணியிருக்காங்களாம். நாளைக்கு அவன் இங்கு இருப்பான்; அது என் பொறுப்பு.

காட்சி 10

சாஸ் : முகூர்த்த நேரம் நெருங்கியாச்சு - இன்னும் பொண்ணு மாப்பிள்ளையை காணோம்! ஒரே எழவாப்போச்சு!

மைதிலி : ஐயோ... சித்த நேரம் வாயை மூடிண்டு சும்மா இருங்கோ, டேய் சீனு, எங்கடா மாது ஆளையே காணும்?

சீனு : நீங்க வேற... விடியற்காலம் 5 மணிக்கு தாத்தா மாதுக்கு பஞ்சகச்சம் கட்ட ஆரம்பிச்சார்; இன்னும் கட்டிண்டே இருக்கார். முடியவே இல்லை.

மைதிலி : கட்டினது போதும், சீக்கிரம் வரச்சொல்லு.

சீனு : நீங்க வேற, இதுவரைக்கும் பஞ்சமதான் முடிஞ்சிருக்கு; இன்னும் கச்சம் பாக்கியிருக்கு (Cheenu Exit)

மி.மா : மைதிலி, உன்னை எங்க எல்லாம் தேடறது? இங்கதான் இருக்கியா? உன்னை ஒண்ணு கேக்கணும்னு நினைச்சேன் – கல்யாணத்துக்கு பகாளா பாத்தா, இல்லை சேமியா பாத்தா?

கோபி : மாதவன், ரெண்டும் இல்லை Bees Saad Baad *(பீஸ் ஸாத் பாத்)*

மி.மா : என்னது Bees Saad Baad? ராஸ்கல் உன்னைப் பிச்சிடுவேன், ஓங்கி இந்த கரண்டியாலே போட்டேன்னா படவா, Boss அப்புறம் நீ close.

மைதிலி : மாதவா, எனக்கு என்னவோ அவர் (மாது அப்பா) இல்லாதது மனசுக்கு ரொம்ப கஷ்டமா இருக்கு.

கோபி : மைதிலி, நான்தான் இங்கு இருக்கேண்டி...

மைதிலி : அந்த கரண்டிய இப்படி குடு மாதவா. உன்ன எவண்டா சொன்னான்? மாதுவை பெத்த அப்பா, என் புருஷனைச் சொன்னேன் – பலி போட்டு விடுவேன் ஜாக்கிரதை... அவன் மூஞ்சிய பாரு அய்யனார் கோவில் சிலை மாதிரி...

மி.மா : தேவைதானா? அப்புறம், முத்து இங்க வா... ஒங்கிட்ட கேக்கணும்னு இருந்தேன். ஆமாம், எங்கே இந்த மருது பயலை நேத்தேலேந்து காணோம்?

முத்து : மருது ஒரு முக்கியமான ஆசாமிய அழைச்சிட்டு வரப்போயிருக்கான்.

மி.மா : முக்கியமான ஆசாமியா? யார் அது நமக்கு தெரியாம? நீ என் கிட்ட வராதடா (கோபியிடம்) வந்தே... பிச்சுப்புடுவேன்... *(மி.மா. Exit)*

(மருது ராமானுஜத்தை Handsup poseஐ காட்டிக் கொண்டு வருதல்)

மருது : போ, உள்ள...

முத்து : மரியாதையா Lock Numberஐ சொல்லுடா!

ராமா : முடியாது.

முத்து : மரியாதையா Lock Number சொல்லப்போறியா இல்லையா?

ராமா : நான் இத்தனை வருஷமா உழைச்ச Bank கொள்ளை போக ஒரு காலும் காரணமாயிருக்க மாட்டேன் - சொல்ல முடியாது.

மருது : தலைவரே, ஓடிடலாம்மா?

முத்து : கம்னு இருடா, அப்பாலே எல்லாம் மறந்துடும்... ம்... சொல்லு ...1...2...3...

ராமா : 4...5...6...

மருது : என்னடா, கிண்டலா பண்றே?

ராமா : கிண்டல் பண்ணலே 4...5...6...

மருது : என்ன விளையாடறியா? நான் ஒத்தன்னா எப்படி அத்தனையும் ஞாபகம் வச்சுக்க முடியும்? நீ 444 ஞாபகம் வச்சுக்க பாஸ் 6 நான் 6...

ராமா : Lock Number சொல்லியாச்சு - நான் போலாமா?

மருது : ஆ... பொய் நம்பரை சொல்லி எங்களை மாட்டிவிட்டா எப்படி? நீயும் எங்க கூட வந்து நாங்க கொள்ளை அடிக்கறதை வேடிக்கை பாரு... அப்புறம் இங்க ஒரு கல்யாணம் வேற நடக்கப்போறது, கல்யாணத்துக்கு அப்புறம் சாப் பாடு எல்லாம் போடுவாங்க, சாப்பாடு.

ராமா : கல்யாணமா? யாருக்கு?

மி.மா : (Entry) வாங்கோ, வாங்கோ, மாப்பிள்ளை ரொம்ப சந்தோஷம்... மா..ப்..ளே...

ராமா : மிலிடரி மாதவன்...

கோபி : ஆமாம், பையனோட மாமா-

ராமா : பையனோட மாமா - ஆமாம் இவன் எப்படி இங்க வந்தான்?

சீனு : (Entry) Hello Sir! வாங்கோ...டேய் மாது... ஸா... ஸா...ஸார்...

ராமா : அடடே சீனு...

கோபி : பையனோட Friend...

ராமா : பையனோட Friend ஆ?

மைதிலி : (Entry) வாங்கோ... வாங்கோ... வந்துட்டேளா? டேய் சீனு, அவர் வந்திருக்கார் - காபி குடுடா... ஆங்...

ராமா : அடடே மைதிலி.

கோபி : ஆமாம் பையனோட அம்மா - என் மனைவி.

ராமா : அடி செருப்பால.

மாது : அப்பா (Miming)

ராமா : நான் ஒரு காலும் இந்த கல்யாணத்துக்கு சம்மதிக்க மாட்டேன்.

மாது : அப்பா ப்ளீஸ்... பா...

ராமா : No, முடியாதுன்னா முடியாது.

மாது : ஏற்கனவே தாலியெல்லாம் கட்டியாச்சு - ஆசிர் வாதம் பண்ணாபோதும்.

ராமா : முடியவே முடியாது.

மாது : அப்பா, உனக்காக நான் எவ்வளவு உதவி பண்ணி யிருக்கேன்? எனக்காக இந்த ஒரு சின்ன உதவியைச் செய்யக் கூடாதா ?

கோபி : முத்து... மருது...

முத்து, மருது : Hands up!

குப்பு : ஆங்... கால்ல விழு; கால்ல விழு.

(எல்லாருக்கும் Exit except Thieves & Ramanujam)

மாது : அப்பா, அவர்கூட போய் ஆசைதீர கொள்ளை அடிச்சுட்டு சாயந்தரமா வா... டா...டா...

(சுரங்கத்துக்கிட்டே செல்ல)

(துப்பாக்கி வெடிக்கும் சத்தம் கேட்க -

3 திருடர்கள் உள்ளே நுழைகின்றனர்)

திரு : Hands up... ஒரு அடி நகந்தீங்க அதுக்கப்புறம் உங்க உடம்புல பாயும் என் தோட்டா... நீங்க உசிருக்கு சொல்லணும் டாடா... என்னடா எங்கயோ கேட்ட மாதிரி இருக்கா? நாங்க மூணுபேருமா சேர்ந்து அதோ தெரியுதே Bank - அதை கொள்ளை அடிக்கத் திட்டம் போட்டோம். திட்டமிட்டபடியே கொள்ளை அடிச்சோம். அப்ப பாத்து போலீஸ் எங்களை வளைச்சு மடக்கி புடிச்சு... எங்க அதிர்ஷ்டத்தை பாருங்க... சில மாங்கா மடையங்க அந்த பேங்க்லேந்து இந்த வீட்டுக்குச் சுரங்கம் தோண்டி வச்சிருந்தாங்க... அது வழியா நாங்க இப்ப தப்பிச்சு ஓடி போகப்போறோம்... இந்த விஷயத்தை யாராவது போலீஸ்கிட்ட சொன்னீங்க - உங்கள எல்லாம் சும்மா குருவிய சுடற மாதிரி சுட்டுடுவேன்.

முத்து : ஆமாம், நீங்கள்ளாம் யாரு?

திரு : *1...2...3...* நாங்கதான் Original Crazy Thieves!

-சுபம்-

கிரேஸி மோகன்

எழுதிய நூல்கள்...

அலாவுதீனும் 100 வாட்ஸ் பல்பும்

அன்புள்ள மாதுவிற்கு...!

பிவேர் ஆஃப் மாது

சாக்லேட் கிருஷ்ணா

கிரேஸி கோஸ்ட்

கிரேஸி கிஷ்கிந்தா

கீதா உபதேசம்

கூகுள் கடோத்கஜன்

ஜ்ூராசிக் பேபி

மாது மிரண்டால்

மதில் மேல் மாது

மாது + 2

மேரேஜ் மேட் இன் சலூன்

மீசை ஆனாலும் மனைவி

மிடில் கிளாஸ் மர்டர்

ஒரு பேபியின் டைரிக் குறிப்பு...

ரிடர்ன் ஆஃப் கிரேஸி தீவ்ஸ்

ஸாடிலைட் சாமியார்

ஹனிமூன் கப்பிள்

ஹியர் இஸ் காசி

அய்யா...! அம்மா...! அம்மம்மா...!

கிரேஸியைக் கேளுங்கள் – 1

கிரேஸியைக் கேளுங்கள் – 2

கிரேஸியுடன் சிரியுங்கள் – 1

கிரேஸியுடன் சிரியுங்கள் – 2

சோ

எழுதிய நூல்கள்...

- மஹாபாரதம் பேசுகிறது - பாகம் 1 & 2
- வால்மீகி ராமாயணம் - பாகம் 1 & 2
- இந்து தர்மம்
- எங்கே பிராமணன் ?
- Essence of Dharma - 1
- Essence of Dharma - 2
- ஹிந்து மஹா சமுத்திரம் - 1
- ஹிந்து மஹா சமுத்திரம் - 2
- ஹிந்து மஹா சமுத்திரம் - 3
- ஹிந்து மஹா சமுத்திரம் - 4
- ஹிந்து மஹா சமுத்திரம் - 5
- ஹிந்து மஹா சமுத்திரம் - 6
- வெறுக்கத்தக்கதா பிராமணீயம் ?
- அன்றைய வேதங்கள் முதல் இன்றைய - வியவஹாரங்கள் வரை (தர்மத்தின் ஸாரம்)
- எது தர்மம் ?
- என்று தணியும் இந்த சுதந்திர தாகம்
- இன்பக் கனா ஒன்று கண்டேன்
- இறைவன் இறந்து விட்டானா ?
- இரவில் சென்னை !
- ஜட்ஜ்மெண்ட் ரிசர்வ்டு
- மனம் ஒரு குரங்கு
- முகமது பின் துக்ளக்
- நேர்மை உறங்கும் நேரம்
- சாதல் இல்லையேல் காதல் !
- சாத்திரம் சொன்னதில்லை
- சம்பவாமி யுகே ! யுகே !
- சரஸ்வதியின் சபதம்
- சட்டம் தலை குனியட்டும்
- உண்மையே உன் விலை என்ன ?
- உறவுகள் இல்லையடி பாப்பா
- யாருக்கும் வெட்கமில்லை !
- ஏன் கூடாது ?
- எங்கே போகிறாய் ?
- எதற்காக ?
- அதிகப் பிரசங்கம்
- இந்தியா எங்கே போகிறது ?
- இவர்களைத் தெரிந்து கொள்ளுங்கள்
- கூவம் நதிக் கரையினிலே! - 1
- கூவம் நதிக் கரையினிலே! - 2
- கூவம் நதிக் கரையினிலே! - 3
- மை டியர் பிரும்மதேவா
- புரட்சி கீதை
- சர்க்கார் புகுந்த வீடு
- நம்மை நாம் அறிவோம்
- அரசியல் ராமாயணம் (சித்திரக் கதை)
- துக்ளக் ராசி - பலன்
- சிரிப்பு வருகிறது ! உஷார் !
- ஒண்ணரைப் பக்க நாளேடு - பாகம் - 1
- ஒண்ணரைப் பக்க நாளேடு - பாகம் - 2
- ஒண்ணரைப் பக்க நாளேடு - பாகம் - 3
- ஒண்ணரைப் பக்க நாளேடு - பாகம் - 4
- ஒண்ணரைப் பக்க நாளேடு - பாகம் - 5
- ஜக்குவின் நீதி சாஸ்திரம்
- ஜக்குவின் கணிப்பு
- இதுதான் என் வழக்கு !
- டியர் மிஸ்டர் வாசகரே !
- இவர்கள் சொல்கிறார்கள்
- சோ - வீரமணி பேட்டி
- இவர்களைச் சந்தித்தேன் (பேட்டிகள்) - 1
- இவர்களைச் சந்தித்தேன் (பேட்டிகள்) - 2
- இவர்களைச் சந்தித்தேன் (பேட்டிகள்) - 3
- அனுபவங்களும் அபிப்பிராயங்களும்
- பத்திரிகைகள் பலவிதம்...
- அரட்டை சங்கம்
- துக்ளக் வாழ்கிறார்
- எனக்குத் தெரிந்த நியாயம் சொல்கிறேன்
- நினைத்தேன் எழுதுகிறேன்
- அதிர்ஷ்டம் தந்த அனுபவங்கள்
- காமராஜை சந்தித்தேன்
- திரையுலகைத் திரும்பிப் பார்க்கிறேன்
- ராஜ்ய சபையில் சோ
- எமர்ஜென்ஸி
- இன்று நாளை என்னுடைய நிலைகள்...
- தடை செய்யப்பட்ட துக்ளக்
- முஸ்லிம் லீக் - ஆர்.எஸ்.எஸ். சந்திப்பு
- சட்டம் என்ன சொல்கிறது?
- தமிழக அரசியல் கட்சிகள்
- மதச்சார்பின்மை + செக்யூலரிஸம் = ?
- ஸ்திதப்பிரக்ஞன்
- நமது தலைநகரம் மாஸ்கோ !
- துக்ளக் படமெடுக்கிறார்
- துக்ளக் ஆண்டு விழா - 1
- துக்ளக் ஆண்டு விழா - 2
- வந்தேமாதரம்
- வாஷிங்டனில் நல்லதம்பி
- யாரோ இவர் யாரோ ?
- யார் பெறுவார் இந்த அரியாசனம் ?
- அடுத்த ஆட்சி நமதே !
- தேர்(தல்) திருவிழா
- திக்குத் தெரியாத நாட்டில்